कविता स्मरणातल्या

शान्ता ज. शेळके

मेहता पब्लिशिंग हाऊस

✆ +91 020-24476924 / 24460313
Email : info@mehtapublishinghouse.com
production@mehtapublishinghouse.com
sales@mehtapublishinghouse.com
Website : www.mehtapublishinghouse.com

◆ *या पुस्तकातील लेखकाची मते, घटना, वर्णने ही त्या लेखकाची असून त्याच्याशी प्रकाशक सहमत असतीलच असे नाही.*

KAVITA SMARANATLYA by SHANTA SHELKE
कविता स्मरणातल्या : शान्ता ज. शेळके / लेखसंग्रह

© सुरक्षित

प्रकाशक : सुनील अनिल मेहता, मेहता पब्लिशिंग हाऊस,
१९४१, सदाशिव पेठ, माडीवाले कॉलनी, पुणे - ४११०३०.
अक्षरजुळणी : पितृछाया मुद्रणालय, ९०९, रविवार पेठ, पुणे - ४११००२.
मुखपृष्ठ : चंद्रमोहन कुलकर्णी
प्रकाशनकाल : ऑगस्ट, २००० / जुलै, २००६ / पुनर्मुद्रण : सप्टेंबर, २०१२
ISBN 81-7766-704-1

डॉ. अरुणा ढेरे हिला
स्नेहपूर्वक अर्पण

प्रिय अरुणा,
कवितांवरून आपण कितीदा तरी
उत्कट प्रेमाने, भरभरून बोललो.
त्या निर्भर सुखसंवादाला स्मरून...

– शान्ताबाई

प्रारंभी

मध्यंतरी येथील 'अन्तर्नाद' मासिकातून 'कविता स्मरणातल्या' हे सदर मी चालवत होते. प्रथम आपल्याला आवडलेली, स्मरणात राहिलेली कविता संपूर्ण देऊन मग तिच्यावर रसग्रहणात्मक लेख लिहायचा, असे या सदराचे स्वरूप होते. शाळकरी वयापासून अगदी आजतागायत वाचलेल्या कवितांमधून ज्या कविता मला आवडल्या आणि आवडल्यामुळे सहज आठवणीतही राहून गेल्या, अशा एकूण पंचवीस कवितांवर या सदरातून मी लिहिले. या कवितांबाबत मुख्य निकष होता, तो अर्थात माझ्या व्यक्तिगत अभिरुचीचा. परंतु मी जेव्हा सदर लिहीत होते, तेव्हा ज्यांनी प्रत्यक्ष किंवा फोनवरून, पत्रावरून आपली पसंती मला कळवली, त्यावेळी आपल्याप्रमाणे इतरही अनेकांच्या स्मरणात त्या रुजलेल्या आहेत, हे माझ्या ध्यानात आले आणि समानधर्मे रसिक भेटल्याचा मला आनंद झाला.

कवितेचे किंवा कोणत्याही साहित्यकृतीचे मूल्यमापन करताना रसिकाची दृष्टी वस्तुनिष्ठ असावी, असा एक समज आहे. पण तो पूर्णांशाने सत्य आहे, असे मला वाटत नाही. रसग्रहणाच्या बाबतीत एका विशिष्ट मर्यादेपलीकडे रसिक आत्मनिरपेक्ष राहू शकेल, यावर माझा विश्वास नाही. इतर आवडीनिवडींप्रमाणेच वाङ्मयीन आवडीनिवडींबाबतही अभिरुचीचा एक आपला असा आतला पदर असतो, काही प्रमाणात तरी ही आवड व्यक्तिसापेक्ष असते. माझ्या स्वत:च्या बाबतीत सांगायचे झाले, तर बालपणापासून समोर येईल, ती नवीजुनी, बरीवाईट कविता मी एका अनावर ओढीने, अबोध आकर्षणाने वाचत राहिले. काही कवितांमधील नादमय शब्दांनी मला भुरळ घातली. काहींची कल्पनारंजित, अलंकारिक रचना मला आवडली. सहजपणे अर्थ उमगावा आणि तो मनात झिरपत राहावा, असे काही कवितांच्या बाबतीत घडले, तर काही कविता मला कोणत्याही स्पष्टीकरणापलीकडच्या काही आंतरिक, अगम्य कारणांमुळे प्रिय झाल्या.

वय वाढत गेलं. अभिरुचीत बदल झाला, तसतशा काही जुन्या कविता

मला आवडेनाशा होऊन नवीन कवितांनी त्यांची जागा घेतली. पण या कोणत्याही बदलत्या परिस्थितीचा ज्यावर काही परिणाम झाला नाही, अशा अनेक कविता मनात तशाच स्थिर स्वरूपात टिकून राहिल्या. इथे मुख्यत्वे अशा कवितांवर मी लिहिले आहे.

कवितांची निवड करताना रविकिरण मंडळ आणि नंतरचे अनिल—कुसुमाग्रजादी कवी यांच्यापर्यंतच येऊन मी थांबले आहे. तरुण वयात माझी जी काव्यविषयक अभिरुची सिद्ध झाली, तिचा परिणाम माझ्या कवितांच्या निवडीवर झाला आहे, हे मी मान्य करते. त्याप्रमाणे काव्यविषयक स्मरणरंजनात रस घेणे हाही माझ्या वृत्तीचा एक ठळक पैलू आहे. माझ्या या स्वभावविशेषांचे प्रतिबिंब माझ्या कवितांच्या निवडीत पडणे अपरिहार्य आहे, असे मला वाटते.

'अन्तर्नाद'चे संपादक भानू काळे यांनी सदराचे मन:पूर्वक स्वागत केले. लेख लिहिण्यासाठी मला सतत प्रोत्साहन दिले. हे लेख प्रसिद्ध होत होते, त्यावेळी अनेकांनी त्याविषयीचे आपले कुतूहल, पसंती मला आवर्जून कळवली आणि आता माझे तरुण प्रकाशक मित्र, मेहता पब्लिशिंग हाऊसचे सुनील मेहता हे आपुलकीने 'कविता स्मरणातल्या' यांना प्रस्तुतचे देखणे रूप देऊन त्या प्रकाशित करत आहेत.

या सर्व सुहृदांची मी ऋणी आहे.

– शान्ता ज. शेळके

अनुक्रम

प्रतिमेपेक्षा प्रतिभा अर्थपूर्ण असते.

आठ

दुडुम दुडुम वाजतो नगारा

दुडुम दुडुम वाजतो नगारा
दुडुम दुडुम वाजतो
साखरझोपेतून पुण्याला
जागे करू पाहतो!

*सनईचा ध्वनि मंजुळ मादक
वाऱ्याशी खेळतो
धुक्याखालती प्राजक्ताचा
गंध मधुर वाहतो
राजधानिवर खानदानिचा
डौल और शोभतो
श्रीमंतांच्या वाड्यापुढती
ऐरावत डोलतो!*

*हिराबाग कुडकुडे, गुलाबी
स्वप्नातच कामिनी
शेवंतीचा बहार खुडती
बाजूला माळिणी
शिलेदार भरदार वारूवर
रपेट घे साधुनी
दवदौलत उधळिली सृष्टिने
आवडत्या अंगणी!*

*अधुनमधुन टाकीत चालले
मंद मंद पाउले
सैनिक फौजेतील पहारे
आटोपुन आपुले
मुत्सद्दी तर जागुन जागुन
थकले अन् पेंगले
धर्मसाधनी ब्राह्मण अवघे
हौदावर लोटले*

*उदगिरचे यश जरिपटका वर
फडफडूनी सांगतो
खडी शिबंदी फौज त्यामध्ये
सुभेदार गर्जतो
मेघडंबरीमध्ये झळकतो
शूर पेशवाच तो
दख्खनच्या शौर्याचा मेरू
अहर्नीश गाजतो*

*दुडुम दुडुम वाजतो नगारा
दुडुम दुडुम वाजतो
साखरझोपेतून पुण्याला
जागे करू पाहतो!*

— अज्ञातवासी

अज्ञातवासी

इंग्रजी राजवट आपल्या देशात आल्यानंतर कवी केशवसुत यांच्यापासून आधुनिक मराठी काव्याची परंपरा सुरू झाली. आपले स्वातंत्र्य हिरावले गेले, पण त्याबरोबर इंग्रजांनी दिलेल्या इंग्रजी विद्येमुळे आणि विविध सुधारणावादी कल्पनांमुळे आपल्याकडचे नवशिक्षित विचारवंत भारावून गेले. इंग्रजांनी दिलेले नवे प्रगतिपर विचार आत्मसात करण्यासाठी आणि तदनुसार एक नवी जीवनसरणी आपल्याकडे सुरू करण्यासाठी ते प्रयत्नशील बनले. त्यातून आपल्याकडे विविध प्रकारचे वैचारिक आणि ललित साहित्य निर्माण झाले. या साहित्यात अनेक सुधारणावादी जाणिवा जशा प्रकटल्या, त्याप्रमाणेच इतिहासाकडे बघण्याचा एक नवा दृष्टिकोन आला. त्यातून प्रेरणा घेण्यासाठी त्यांचे स्फूर्तिप्रद चित्रण करावे, असे प्रयत्न सुरू झाले. ऐतिहासिक संशोधन, हरिभाऊ आपटे यांच्यासारख्या ललित लेखकाच्या ऐतिहासिक कादंबऱ्या, कवी विनायक यांच्या ऐतिहासिक कविता हे सारे इतिहासाचे उदात्तीकरण करून त्यातून समकालीनांचा आत्मगौरव वाढवावा, यासाठी अवलंबिले गेलेले काही मार्ग होते.

आधुनिक मराठी कवितेपुरते बोलायचे झाले, तर इतिहासचित्रणाचा एक चैतन्यशील धागा तिच्यामध्ये प्रारंभापासूनच सातत्याने गुंफला गेला आहे, असे दिसून येते. 'पूर्व दिव्य ज्यांचे त्यांना रम्य भाविकाल' हा बोध समाजाला करण्यासाठी विनायकांनी आपली ऐतिहासिक कविता लिहिली. ती परंपरा पुढे सतत चालू राहिली. विनायक, सावरकर, गोविंद, आनंदराव टेकाडे, माधव यांच्यापासून ते थेट आजच्या कुसुमाग्रजांपर्यंत अनेक कवींनी, ऐतिहासिक म्हणता येईल, अशी कविता लिहिली आहे. यातलेच एक, आज काहीसे विस्मरणात गेलेले नाव कवी अज्ञातवासी यांचे आहे.

अज्ञातवासी म्हणजे दिनकर गंगाधर केळकर. आजची पिढी त्यांना 'राजा केळकर म्युझियम'चे संस्थापक म्हणून ओळखत असली, तरी गेल्या दोन पिढ्या त्यांना कवी अज्ञातवासी म्हणून ओळखतात. हेच टोपणनाव घेऊन

आपल्या तरुण वयात केळकरांनी सुंदर ऐतिहासिक कविता लिहिल्या. त्यातल्या काही आजही रसिकमनाला वेधून घेतील, अशा आहेत. '*दुडुम दुडुम वाजतो नगारा*' ही त्यातलीच एक आकर्षक कविता आहे.

इतिहास तोच असला, तरी प्रत्येक कवी आपल्या प्रकृतिधर्मानुसार त्याकडे भिन्न भिन्न दृष्टीने पाहतो. त्याचा वेगळा अन्वयार्थ लावतो. कुणी इतिहासातल्या उज्ज्वल व्यक्तिरेखा आणि त्यांचे शौर्य रेखाटतात. कुणी ऐतिहासिक घटनाप्रसंगांचे यथातथ्य, वास्तव आणि तपशीलवार चित्रण करतात. तर कुणी वास्तवावर अद्भुतरम्यतेचा मुलामा चढवून इतिहासाला एक नवे, गूढरम्य, रोमँटिक परिमाण देतात.

कवी अज्ञातवासी यांची वृत्ती अशी आहे. इतिहासाचे त्यांना विलक्षण आकर्षण आहे. विशेषत: पेशवाईबद्दल काही गाढ आणि उत्कट जिव्हाळा त्यांच्या मनात आहे. याच जाणिवेने पेशवाईतील विविध घटनाप्रसंगांची सुंदर चित्रे त्यांनी आपल्या कवितेत रेखाटली आहेत आणि त्यावर अद्भुतरम्यतेचा एक मादक साज चढवला आहे. इथे दिलेली 'दुडुम दुडुम वाजतो नगारा' ही अशी एक कविता. पेशवाई वैभवाच्या ऐन शिखरावर असता पेशव्यांची राजधानी जी पुणे, तिथे प्रवेश करणाऱ्या पहाटेचे कल्पनारम्य, चित्रदर्शी आणि विलक्षण आकर्षक असे दर्शन कवीने इथे आपल्याला घडवले आहे.

नगाऱ्याच्या दुडुम दुडुम आवाजाने साखरझोपेतून जागे होणारे पेशवेकालीन पुणे प्रथम आपल्या डोळ्यांपुढे उभे राहते आणि मग त्यातले विविध तपशील रंगवणारी एक चित्रमालिका कवितेतील कडव्याकडव्यामधून उलगडत जाताना आपण पाहतो. दृश्यांचा एक गतिमान पट वेगाने धावू लागतो आणि नाद, गंध, स्पर्श, रूप अशी ऐन्द्रिय संवेदना जाग्या करत तो आपल्यासमोर साक्षात होतो. या पेशवेकालीन पुण्यात कवीबरोबर आपणही प्रवेश करतो. मग वाऱ्याबरोबर खेळणारा सनईचा मंजुळ आणि मादक स्वर आपल्या कानी पडतो. धुक्यातला प्राजक्तांचा मधुर गंध आपल्याभोवती दरवळतो. पेशव्यांचे वैभव सूचित करणाऱ्या या राजधानीवर खानदानी डौल शोभतो आणि श्रीमंतांच्या वाड्यापुढे गजान्तलक्ष्मीचा जणू अवतारच असा ऐरावत मोठ्या दिमाखाने डोलू लागतो.

थंडीने कुडकुडणारी हिराबाग, तिथे गुलाबी झोपेत आळसावलेल्या सुंदर कामिनी आणि बागेत शेवंतीचा बहार खुडणाऱ्या माळिणी यांचे कवीने दिलेले तपशील बघताना ऐश्वर्यसंपन्न पेशवाईची विलासप्रिय आणि रंगेल, गूढ आणि गुंतागुंतीची अशी एक वेगळी बाजू आपल्याला ओझरती दिसते. आपले कुतूहल चाळवते आणि आपल्याला अंतर्मुखही करते.

तथापि, हे विलासी पुणे शूर, प्रतापी आणि विद्वत्तापूर्णही होते. दिवसा

माणसांनी गजबजलेले इथले राजरस्ते कवी आपल्याला दाखवतो. इथले शिलेदार उमद्या घोड्यांवरून रपेट करताना दिसतात. सैन्यातले शिपाई आपले रात्रीचे पहारे आटोपून मंद पावले टाकत घरी जायला निघतात. स्नानसंध्या करण्यासाठी आलेल्या धर्मनिष्ठ ब्राह्मणांची हौदावर एकच झुंबड उडते आणि रात्रभर खलबते करून थकलेले, जागलेले मुत्सद्दी आता पेंगू लागतात.

पेशवाईमध्ये या वेळी वैभव, शौर्य आणि ऐश्वर्य कळसाला जाऊन पोहोचले आहे. उदगीरच्या यशाची द्वाही चहू दिशांना पसरवणारा फडफडता जरीपटका, खडी शिबंदी आणि तीत गर्जना करणारा सुभेदार आणि मेघडंबरीत झळकणारा शूर प्रतापी पेशवा या दख्खनच्या शौर्याच्या झगमगत्या पताकाच आहेत. पेशव्यांचे हे यश रात्रंदिवस गाजते आहे.

चित्रदर्शी वर्णने, प्रत्ययकारी शब्दयोजना, सुंदर नादमधुर काव्यपंक्ती यातून अज्ञातवासींनी पेशवाईतल्या पुण्याचे दर्शन आपल्याला घडवले आहे. हे पुणे शत्रूला धाक दाखवणारे, पराक्रमाबरोबर शृंगाराचीही पूजा करणारे, मुत्सद्देगिरीने राजकारण खेळणारे, विलासी कामिनींचे कौतुक करणारे आणि पुरुषार्थाचे केवळ प्रतीक शोभणारे असे होते. या कवितेतून अज्ञातवासींनी पेशव्यांबद्दलचा आपला आदर व अभिमान उत्कटतेने व्यक्त केला आहे. त्यांच्या कवितेत येणारा इतिहास प्रत्यक्षापेक्षा कल्पनारम्य आहे. स्वप्नाळू रोमांचकारकतेत रंगून जाणाऱ्या कविमनात पडलेले इतिहासाचे हे प्रतिबिंब आहे. पण म्हणूनच की, काय प्रत्यक्षाहून ते अधिक रम्य, आकर्षक आणि चित्तवेधक झाले आहे. आजही हे प्रतिबिंब ताजे, टवटवीत अम्लान वाटते.

■

ते पाऊल कोणाचे?

गगनाच्या अंगणी
उमटते पाऊल शुभलक्षणी
नाजुक गोंडस असे कुणाचे सांगा मजला कुणी!

संध्यारागातुनी
तयाचा तळ दिसतो, साजणी
स्वर्गंगेसम रेषा दिसती कधी कधी ज्यातुनी!

पाऊल पडताक्षणी
जाहली तुटातूट पैंजणी
काही अस्ताव्यस्त विखुरले नक्षत्रांचे मणी!

काही उरले गुणी
त्यांतुनि रुणझुण उठतो ध्वनी
कानी येतो अव्यक्ताच्या तो अवकाशातुनी!

गगनी एके क्षणी
दुज्या ते उठते क्षितिजातुनी
पाऊल दिसते, परी तयाचा कोण असावा धनी?

– साधुदास

साधुदास

साधुदास या टोपणनावाने कविता लिहिणाऱ्या या कवीचे नाव गोपाळ गोविंद मुजुमदार. ते सांगली येथील रहिवासी होते आणि त्यांचे सर्व आयुष्य तिथेच गेले. त्यांचा जन्म अठराशे त्र्याऐंशी साली झाला आणि एकोणीसशे अठ्ठेचाळीस साली ते दिवंगत झाले. साधुदास या नावाने त्यांनी बरीच काव्यरचना केली आहे. 'निर्माल्यसंग्रहा'चे दोन खंड त्यांच्या स्फुट कवितांचे संकलन करणारे आहेत. तर वनविहार, रणविहार, गृहविहार ही तीन खंडकाव्ये त्यांनी प्राचीन महाकाव्यांच्या धर्तीवर लिहिलेली असून, त्यात त्यांनी सर्गबद्ध रचना केली आहे. साधुदासांचा प्राचीन संस्कृत काव्यनाटकांचा व्यासंग त्यांच्या खंडकाव्यांमध्ये दिसून येतो. संस्कृतप्राचुर्य, कल्पनारम्यता, शब्दालंकार आणि अर्थालंकार यांचे वैपुल्य त्यांच्या संस्कृतच्या गाढ जाणकारीचीही साक्ष पटवते. जुन्या वृत्तादिकांचा त्यांचा अभ्यास, तशा रचनेवरील त्यांचे प्रभुत्व यांचा आढळ त्यांच्या काव्यात सर्वत्र होतो. ते शीघ्रकवी होते आणि कोणत्याही विषयावर ते तात्काल काव्यरचना करू शकत, असे म्हणतात. साधुदासांच्या अंगच्या या विविध गुणांमुळे सांगलीच्या त्या वेळच्या अधिपतींनी त्यांना 'राजकवी' ही पदवीही सन्मानपूर्वक बहाल केली होती.

प्राचीन संस्कृत काव्यनाटकांप्रमाणेच प्राचीन इतिहासाचाही साधुदासांनी खोल अभ्यास केला होता. 'मराठेशाहीची अखेर : पौर्णिमा', 'मराठेशाहीचा वद्यपक्ष : प्रतिपदा' आणि 'मराठेशाहीचा वद्यपक्ष : द्वितीया' या तीन ऐतिहासिक कादंबऱ्या त्यांच्या नावावर रुजू आहेत. त्या आजच्या वाचकांना माहीत नाहीत आणि मराठी ऐतिहासिक कादंबऱ्यांच्या अभ्यासकांनीही त्यांची दखल घेतलेली दिसत नाही; परंतु त्या कादंबऱ्या वैशिष्ट्यपूर्ण आहेत आणि साधुदासांचे गद्यलेखनाचे सामर्थ्यही त्या निदर्शनाला आणून देणाऱ्या आहेत. याखेरीज आणखीही काही गद्यलेखन त्यांनी केले आहे. एक नाटकदेखील त्यांनी लिहिले आहे. पण ही त्यांची सर्व साहित्यसेवा काळाच्या प्रवाहात वाहून गेली आहे. आज कवी

साधुदास किंवा गद्यलेखक मुजुमदार यांचे नावदेखील कुणाला ठाऊक नाही.

त्यांच्या नावाला थोडीबहुत प्रसिद्धी मिळाली, ती कवी यशवन्तांनी 'आपले काव्यक्षेत्रातले गुरू' असा त्यांचा आदरपूर्वक उल्लेख केल्यामुळे! पण यशवन्तांना त्यांचे मार्गदर्शन निर्दोष आणि साक्षेपी रचनाचार्तुयापुरतेच लाभले असावे. एरव्ही रविकिरण मंडळातल्या या एका मान्यवर कवीच्या काव्यात साधुदासांच्या काव्याच्या काहीही खुणा आढळत नाहीत.

खरे सांगायचे, तर साधुदासांच्या कोणत्याही लेखनाचा आज मागमूसही राहिलेला नाही. 'ते पाऊल कोणाचे?' ही त्यांची एक स्फुट कविता मात्र बऱ्याच काव्यप्रेमी रसिकांना माहीत आहे. तीदेखील 'महाराष्ट्र रसवन्ती' या संकलनात तिचा समावेश झाला होता, म्हणून! गेल्या पिढीने या संकलनाचा चांगला अभ्यास केला होता, म्हणून त्यांना ही कविता वाचायला मिळाली आणि त्यांना ती आजही फार आवडते.

अशी ही कविता काय आहे? आजची समीक्षेची भाषा वापरून सांगायचे झाले, तर ही कविता एक प्रतिमा आहे. आकाशाच्या अंगणात सायंकाळी सूर्यास्ताच्या वेळी आरक्त प्रभा पसरते. थोड्या वेळाने त्या रक्तिमेत स्वर्गंगेची फिकट रेषा उमटते. नंतर रात्र होते. नक्षत्रे चमकू लागतात. भूतलावर शांतता, गांभीर्य पसरते आणि मन एका पवित्र, उदात्त भावनेने भरून येते. कवीने सायंकालीन आकाशाकडे बघताना ही मनोऽवस्था अनुभवली. भोवतालचे स्तब्ध विश्व, आकाशातील रंगांची किमया, स्वर्गंगेचा सुंदर ओघ आणि हलके हलके प्रकटणारी तेजोमय नक्षत्रे या साऱ्या दृश्यांतून त्याला एका विराट पदचिन्हाचा साक्षात्कार झाला आणि 'हे पाऊल कोणाचे!' असा प्रश्न त्याच्या मनात उभा राहिला.

कवी म्हणतो, 'गगनाच्या अंगणात हे शुभलक्षणी पाऊल उमटले आहे. ते नाजूक, गोंडस आहे. त्याचा धनी कोण असेल बरे?' या पावलाचे सौंदर्य वर्णन करताना कवी पुढे म्हणतो :

संध्यारागातुनी
तयाचा तळ दिसतो, साजणी
स्वर्गंगेसम रेषा दिसती कधी कधी ज्यातुनी!

सायंकालीन रक्तिमा हा त्या पावलाचा सुंदर तांबूस तळवा आहे, इतकेच नव्हे, तर आकाशगंगेच्या रेषाही त्या तळव्यावर दिसून येत आहेत. हे पाऊल आकाशात पडले आणि त्यावर चढवलेले पैंजण तुटले. ते तुटल्याबरोबर त्यात गुंफलेले नक्षत्रमणी चहूकडे अस्ताव्यस्त विखुरले. पण काही मणी मात्र 'गुणी' म्हणजे पैंजणांच्या बंधनांत तसेच गुंतून राहिले. इतकेच नव्हे, तर त्यातून

'रुणझुण' असा अनादत नादही उमटत राहिला. तुम्ही लक्ष देऊन ऐकलेत, तर 'अव्यक्ताच्या अवकाशा'तून हा रुणझुण ध्वनी तुमच्याही कानी पडेल, कारण कवीला तो ऐकू येतो आहे. असे हे दिव्य, पवित्र, विराट पाऊल. सारे आकाश त्याने व्यापून टाकले आहे. एकदा ते आकाशात उमटते, तर एकदा ते क्षितिजावर प्रकट होते. पाऊल दिसते, पण त्याचा धनी कोण असेल, हे मात्र कळत नाही!

गगनी एके क्षणी
दुज्या ते उठते क्षितिजातुनी
पाऊल दिसते, परी तयाचा कोण असावा धनी?

अशी ही कविता. ती विस्ताराने फार मोठी नाही. पण अल्प अवकाशात आणि अगदी मोजक्या शब्दांत कवीने एका श्यामसुंदर अनुभवाचा प्रत्यय तिच्यातून आपणास दिला आहे. सायंकालीन आकाश हे परमेश्वराचे पदचिन्ह आहे, अशी भव्य कल्पना कवी येथे करत आहे. परमेश्वराच्या या पावलावरील पैंजणातले तुटलेले रत्नमणी ही आकाशातील नक्षत्रे. ती सर्वत्र विखुरलेली आहेत आणि जी थोडी अद्याप पैंजणातच गुंतून राहिली आहेत, त्यांचा 'रुणझुण' असा मंजुळ आवाज येत आहे. पण तो 'अव्यक्ताच्या अवकाशा'ला व्यापून राहिला आहे. भक्तियुक्त मन आणि एकाग्र चित्तवृत्ती असतील, तरच तो आवाज आपल्याला ऐकू येणार आणि ईश्वरी अस्तित्वाची साक्ष आपल्याला पटणार! एरव्ही, हे सारे एक चिरपरिचित निसर्गचित्रच राहणार.

ही कविता वाचताना काही सांस्कृतिक संदर्भ मनात जागे होतात. वामनावतारात विष्णूने विराट रूप धारण केले आणि तीन पावलांत आकाश, पृथ्वी आणि पाताळ व्यापून टाकले, ही कथा इथे आठवते. या कवितेत सुंदर निसर्गदर्शन तर आहेच. पण त्यापेक्षाही निसर्गात ईश्वराचे दर्शन होते, हा जो भाव तिच्यातून प्रकट झाला आहे, तो अधिक हृद्य, सुंदर आहे. वर्डस्वर्थसारख्या पाश्चात्त्य कवींनी निसर्गाच्या द्वारा परमेश्वराचा साक्षात्कार आपणास होतो, ही जाणीव आपल्या काव्यातून प्रकट केली आणि आधुनिक मराठी कवितेत ती आली. कौपरसारखा इंग्लिश कवी म्हणतो :

God moves in a mysterious way
His wonders to perform
He plants his footsteps in the sea
And rides upon the storm!

निसर्गात ईश्वर बघावा, ही भावना आपल्या प्राचीन काळातही अनेक ठिकाणी प्रकट झाली आहे. साधुदासांची ही कविता वाचताना कुसुमाग्रज यांच्या एका कवितेचे अचानक स्मरण झाले. कवितेचा आशय साधारणत: असा आहे :

एके दिवशी कवी आकाशातल्या तारकांना विचारतो, 'तुम्ही युगानुयुग या अफाट अंतराळात फिरत आहात. तर त्या परमेश्वराची पावले तुम्हाला कधी दिसली आहेत का? त्याचा साक्षात्कार तुम्हाला कधी झाला आहे का?' कवीचा हा प्रश्न ऐकून चांदण्या आपापसांत हसल्या आणि त्या कवीला म्हणाल्या, 'अरे, आम्ही आकाशातल्या तारका हीच तर मुळी त्या परमेश्वराची पदचिन्हे आहोत आणि त्यांनाच तू परमेश्वराची पावले कधी पाहिलीत का, असा प्रश्न विचारत आहेस. तुला काय उत्तर द्यावे?'

तर निसर्गात ईश्वर बघावा ही आपली पूर्वपरंपराच आहे आणि तीच भावना साधुदासांच्या या लहानशा, पण अर्थपूर्ण कवितेतून प्रभावीपणे व्यक्त झाली आहे. अव्यक्ताच्या अवकाशातून उठणाऱ्या रुणझुण नादाचा संदर्भ तर या कवितेची थेट आध्यात्मिक जाणिवेशी सांगड घालणारा आहे. ही एक कविताही साधुदासांची स्मृती रसिक मनात सतत जागी ठेवण्यास पुरेशी आहे.

■

दोन याचक

मलीन खाकी गणवेषातिल
सैनिक तरणाताठा कोणी
नाव? कशाचे नाममात्र ते
बाहूवरची बघा निशाणी—

शरीर विकुनी पोटासाठी
एक थेंब हा सरिते संग
प्रवाह नेई तिकडे जाई
धावत वाहत मरणामागे

मैदानावर पुढे छावणी
फुगीर डेरे अवतीभवती
कबूतरांचा जणू थवा हा
थकून बैसे जमिनीवरती

त्या गर्दीच्या सीमेवर हा
तरूतळी बसला एकाकी
गर्द सावली, गाढ शांतता,
वाराही पद हळूच टाकी

दुर्लभ वेळा असते असली
ऐकत होता संथ पडोनी
खाकीखाली धडधडणाऱ्या
व्यक्तित्वाची करुण कहाणी

कुणी भिकारिण आली तेथे
नाव? कशाचे—नाममात्र ते
होती नवथर त्या नवतीला
झाकाया नच वस्त्रही पुरते!

कळकट चोळीच्या चिंधीतुन
स्तन डोकावत उंच सावळे
तलम अनावृत दिसे कातडी
लाचारीचे विशाल डोळे!

उभी राहिली समोर त्याच्या
उपसत कंठामधुनी ताना
बोलपटातिल परिचित गीते
म्हणे अखेरी 'काही द्या ना!'

'काही द्या ना?' जीभ न केवळ
शरीर अवघे होते मागत
ते डोळे, ते स्तन, ती मांडी
सारे उदरास्तव आक्रोशत!

शूर शिपाई किंचित बुजला
संकोचाची छटा मुखावर
खिशात गेले हात परंतू—
नजरेतुन ओसंडे काहुर

त्यासहि होते हवे काहिसे
कसे तरी ते कळवी, कळले
दुनियेपासुन तुटलेले ते
दोन अनामिक जवळी आले

दूर जरा दरडीच्या खाली
मच्छरदाणी करिती पर्णे
नीरवतेवर मुद्रित झाले
विविध भुकांचे एकच गाणे!
एकच नाणे!

— *कुसुमाग्रज*

कुसुमाग्रज

कुसुमाग्रज या कविनामाच्या उल्लेखाबरोबर *गर्जा जयजयकार, पृथ्वीचे प्रेमगीत, स्वप्नाची समाधी, जालियनवाला बाग, सात, आगगाडी आणि जमीन* यासारख्या *विशाखा* या त्यांच्या पहिल्याच कवितासंग्रहातल्या एकापेक्षा एक सुंदर आणि सर्वपरिचित कविता आपल्याला आठवतात. *विशाखा* या संग्रहाने कुसुमाग्रजांना अपरंपार लौकिक तर मिळवून दिलाच, पण मराठी कविमालिकेतले त्यांचे पहिल्या श्रेणीतले स्थानही निश्चित केले. *विशाखा*मध्ये कुसुमाग्रजांचे कवी म्हणून जे व्यक्तिमत्त्व प्रकट झालेले आहे, ते पुढे सातत्याने वाढत आणि विकसित होत राहिले.

लौकरच कवीप्रमाणे ते नाटककार म्हणूनही ख्यातनाम झाले. त्यांनी अनेक नाटके लिहिली. *ऑथेल्लो, बेकेट* सारख्या नाटकांचे अनुवाद केले आणि त्यांच्या *नटसम्राट* या गाजलेल्या नाटकाने नाटककारांच्या मालिकेतही त्यांना श्रेष्ठ दर्जाचे पद मिळवून दिले. काव्य आणि नाटकं हे कुसुमाग्रजांचे सर्वाधिक आवडते साहित्यप्रकार. पण त्यांच्या जोडीला कथा, कादंबरी, ललितलेख, आत्मपर लेख, व्यक्तिचित्रे, आस्वादक समीक्षा असे इतर गद्य साहित्यप्रकारही त्यांनी यथाशक्ती हाताळले. साहित्यसृष्टीत मिळणारे बहुतेक सर्व मानसन्मान कुसुमाग्रजांना लाभले आणि अखेर भारतीय पातळीवरचा 'ज्ञानपीठ पुरस्कार' मिळवून स्वतःबरोबर मराठी भाषेचेही भारतीय नकाशातले स्थान त्यांनी उंचावर नेले. त्यांच्या या पुरस्काराचा आनंद सर्वसामान्य वाचक, सर्जनशील लेखक आणि चिकित्सक समीक्षक या सर्वांना अगदी मनापासून झाला.

अनेक गद्य लेखनप्रकार कुसुमाग्रजांनी हाताळलेले असले, तरी त्यांची मूळ प्रकृती कवीचीच आहे आणि जनमानसातही त्यांची तीच प्रतिमा स्थिरपद झाली आहे. कवितेची संगत कुसुमाग्रजांनी कधीच सोडली नाही. वयाबरोबर तिच्यातली अनुभवसृष्टी, तिचा आशय, शैली यात पालट पडत गेला, तरी या कवितेचा गाभा पहिल्यापासून तोच राहिला आहे. *विशाखे*पासून तो गतवर्षी प्रकाशित

झालेल्या *महावृक्ष* संग्रहापर्यंतचा कुसुमाग्रजांचा काव्यप्रवास पाहिला, तर एका प्रगल्भ, संवेदनशील आणि उत्कट कविवृत्तींचा एकसंध आविष्कार त्यातून प्रकट झालेला दिसतो. कवितांच्या गुणविशेषांबरोबर त्यांची संख्यात्मक विपुलताही मन स्तिमित करते.

कुसुमाग्रजांच्या कवितेची काही ठळक वैशिष्ट्ये आहेत. हा कवी आदर्शांचा गौरव करणारा, प्रभावपूजक आणि प्रकाशपूजकही आहे. मानवी कला, कर्तृत्व, पराक्रम यांची उत्तुंग शिखरे जिथे जिथे दिसतात, तिथे तिथे कुसुमाग्रज नतमस्तक होतात. त्याबरोबर जिथे अन्याय, विषमता, कुरूपता, वैचारिक पारतंत्र्य दिसेल, तिथे त्यावर ते आवेशाने तुटूनही पडतात. गेल्या पन्नास वर्षांत देशामध्ये जी राजकीय, सामाजिक परिवर्तने घडली, जे संघर्ष होत गेले, त्यांचा कुसुमाग्रजांच्या कवितेने साक्षेपाने वेध घेतला आहे. पण समकालीन वास्तववादाबरोबरच मानवी जीवनातल्या मूलभूत समस्यांकडेही ते चिंतनशील वृत्तीने बघतात. प्रेम, परमेश्वर, निसर्ग यांचे मानवी मनाशी असलेले नाते हा कुसुमाग्रजांच्या कवितेत वारंवार येणारा एक विषय आहे.

एकीकडे समाजाशी असलेली कलावंताची बांधीलकी कटाक्षाने जपणारा हा कवी दुसरीकडे माणसाच्या सनातन एकाकीपणाचे, त्याच्या दुःखभोगांचेही उत्कटपणे चित्रण करतो. विषयांची विविधता, सखोल चिंतनशीलता, सौंदर्यप्रेमी मनोवृत्ती, कवितेच्या आशयाबरोबरच त्याला अनुरूप अशी आविष्कारशैली शोधणारी प्रयोगशीलता, यामुळे कुसुमाग्रजांच्या काव्याला पृथगात्मता लाभलेली आहे. उत्कट भावना, तरल कल्पकता आणि चिंतनशीलता यांचा सुंदर मेळ त्यांच्या काव्यात पडलेला आढळून येतो.

'*दोन याचक*' ही कविता कुसुमाग्रजांच्या *किनारा* या कवितासंग्रहातून घेतली आहे. *किनारा* संग्रह *विशाखा* नंतर निघाला आणि तो बावन्न साली प्रकाशित झाला. म्हणजे *दोन याचक* ही कविता तशी जुनी आहे. दुसरी गोष्ट, कुसुमाग्रजांच्या गाजलेल्या कवितांपेक्षा या कवितेचे स्वरूप अगदी वेगळे आहे. अनेकांना ही कविता कदाचित ठाऊकही नसेल आणि तरीही ती वाचताना कुसुमाग्रजांच्या कविप्रवृत्तीची ओळख या कवितेतून पटल्याखेरीज राहत नाही. हे एक कथाकाव्य आहे. म्हणजे या कवितेतून कवीने एक कथा सांगितलेली आहे. या कवितेत जशी कथा आहे, तसेच तिच्यात नाट्यही आहे. म्हणजे कवीने एक नाट्यपूर्ण घटना इथे वाचकांसमोर उभी केली आहे.

एखाद्या कथेला कवितेतून अभिव्यक्ती द्यावी, तिचे कथात्म निवेदन काव्याच्या माध्यमातून करावे, ही प्रथा फार पूर्वीपासून आपल्याकडे चालत आली आहे. मराठी कवितेच्या चोखंदळ वाचकांना अशा कितीतरी कविता आठवतील, की

ज्यातून कवीने एक कथा उलगडत नेलेली आहे. गोविंदाग्रजांनी *प्रेम आणि मरण* किंवा *ओसाड आडातील एकच फूल*, 'बी' कवींची *थोरातांची कमळा*. माधव कवींची *मोऱ्यांची मोहना*, तांबे यांची *वाटेच्या वाटसरा* ही कविता या साऱ्या मुळात कथाच आहेत आणि तरीही त्या उत्तम कविता आहेत. *दोन याचक* ही कविता वरील कवितांच्या जातीची आहे. एक समाजचित्र कवीने वस्तुनिष्ठ दृष्टिकोनातून इथे प्रभावीपणे रंगवले आहे आणि जीवनातील नाट्यपूर्णतेचे कुसुमाग्रजांना वाटणारे आकर्षणही या कवितेला उपकारक ठरले आहे.

या कवितेचा नायक आहे सैन्यातला एक शिपाई. सैनिक म्हटल्यानंतर समरधुरंधर, देशासाठी पराकाष्ठेच्या त्यागाला सिद्ध झालेला आणि त्यासाठी कौटुंबिक सौख्यावरही पाणी सोडणारा असा तत्त्वनिष्ठ पुरुष आपल्या डोळ्यांसमोर उभा राहतो. पण हा सैनिक त्यापैकी नाही. त्याची तशी उज्ज्वल प्रतिमाही नाही. पोटासाठी माणसे निरनिराळे व्यवसाय पत्करतात, तसा त्याने सैनिकी पेशा पत्करला आहे, इतकेच! कुसुमाग्रजांच्याच दुसऱ्या एका कवितेतील ओळी उद्धृत करून सांगायचे म्हटले, तर या सैनिकाची भूमिका अशी आहे :

सैनिक मी, मज कसे दिसावे तत्त्वांचे तारे?
कळे कशास्तव तरी व्हायचे सिद्ध संगराला!

असा हा, देशासाठी शिर तळहातावर घेतलेला वगैरे नव्हे, तर ऐन उमेदीच्या वयात पोटासाठी घरदार सोडून सैन्याबरोबर भटकत राहणारा शिपाई आहे. तो अगदी सामान्य, व्यक्तित्वशून्य असा एक अनामिक आहे. त्याच्या या अनामिकतेचे कवी वर्णन करतो :

मलीन खाकी गणवेषातिल
सैनिक तरणाताठा कोणी
नाव? कशाचे नाममात्र ते
बाहूवरची बघा निशाणी!

शरीर विकुनी पोटासाठी
एक थेंब हा सरितेसंगे
प्रवाह नेई तिकडे जाई
धावत वाहत मरणामागे

असा हा पोटासाठी शरीर विकणारा. दिशाहीन जीवन जगणारा आणि नदीच्या प्रवाहाबरोबर वाहत जाणाऱ्या पाण्याच्या थेंबाप्रमाणे सैन्य नेईल तिकडे

जाणारा शिपाई आहे. योगायोगाने एका गावाजवळ सैन्याचा तळ पडतो आणि हा सैनिकही छावणीबरोबर तिथे येतो. छावणीतले पांढरेशुभ्र फुगीर डेरे ठिकठिकाणी दिसत आहेत. जणू कबुतरांचा थकलेला थवाच तिथे विश्रांतीसाठी उतरला आहे! आपला सैनिक मात्र त्या गर्दीपासून दूर एकटाच एका झाडाखाली बसला आहे. ती जागा इतकी शांत, इतकी नीरव आहे, की वाऱ्यासही तिथे पाऊल टाकताना अवघडल्यासारखे वाटावे. सैनिकाच्या रोजच्या धावपळीच्या जीवनात अशी निवांत वेळ, अशी निरामय विश्रांती क्वचित लाभते.

दुर्लभ वेळा असते असली
ऐकत होता संथ पडोनी
खाकीखाली धडधडणाऱ्या
व्यक्तित्वाची करुण कहाणी

सैनिक झाडाखाली थंड सावलीत पडला होता. काय विचार असतील त्याच्या मनात? कुठल्या आठवणी येत असतील त्याला? कदाचित घरी सोडून आलेल्या प्रियजनांचे स्मरण त्याला होत असेल. कदाचित इतर काही व्यक्तिगत नाजूक संदर्भ मनात जागे होत असतील. तो तपशील कवी आपल्याला सांगत नाही. खाकी गणवेषाखाली धडधडणाऱ्या व्यक्तित्वाची कहाणी मात्र 'करुण' असते. आणि ती कहाणी सैनिक ऐकत असतो, एवढेच कवी नमूद करतो. त्यातून सैनिकांचे स्नेहशून्य, एकाकी; पण प्रेमासाठी, जिव्हाळ्यासाठी तळमळणारे हृदय आपल्याला जाणवते.

नेमकी याच वेळी एक भिकारीण तिथे येऊन उभी राहते. सैनिक जसा आणि जितका अनामिक, तशी आणि तितकी ती भिकारीणही व्यक्तित्वशून्य. तिचं नाव गाव कुणाला माहीत असणार? म्हणून सैनिकाच्या संदर्भात वापरलेली ओळख कवी त्या भिकारणीचा परिचय करून देतानाही वापरतो. 'नाव? कशाचे नाममात्र ते!'

असे ते दोन अनामिक, अभागी, जगाशी कसलेही नाते नसलेले जीव योगायोगाने एकत्र येतात. भिकारणीचे वर्णन कवी अगदी मोजक्या शब्दांत, पण डोळ्यांपुढे चित्र उभे राहील, असे करतो.

कळकट चोळीच्या चिंधीतुन
स्तन डोकावत उंच सावळे
तलम अनावृत दिसे कातडी
लाचारीचे विशाल डोळे

भिकारीण कंगाल असली, तरी तिच्यापाशी 'नवथर नवती' आहे. फाटक्या चोळीतून डोकावणारे उंच, सावळे स्तन, तलम कातडी आणि विशाल डोळे यातून तिचे ऐन भरातले तारुण्य जाणवते. झाडाखाली एकटा पडून विश्रांती घेणारा सैनिक बघून भिकारीण मोठ्या आशेने त्याच्यापाशी येते. चित्रपटांतली परिचित गाणी ताना घेऊन त्याला ऐकवते आणि शेवटी त्याला म्हणते,

'काही द्या ना!'

अगदी साधे, आपल्याला सतत कानांवर पडणारे आणि आपल्या संवेदनाशून्य बधिर मनावर कसलाही तरंग उमटू न देता हवेत विरून जाणारे याचनेचे तीन शब्द. पण या विशिष्ट वेळी, विशिष्ट ठिकाणी आणि विशिष्ट संदर्भात एकाएकी त्यांना वेगळाच अर्थ प्राप्त होतो. काय मागत होती ती भिकारीण?

'काही द्या ना?' जीभ न केवळ
शरीर अवघे होते मागत
ते डोळे, ते स्तन, ती मांडी
सारे उदरास्तव आक्रोशत!

भिकारणीची भूक केवळ पोटाची नाही. तिचे सारे शरीर, तिचे डोळे, स्तन, मांडी—सारे अवयव आक्रोशत होते. भूक पोटाचीच. पण ती इतकी विराट, इतकी सर्वव्यापी आहे की, जवळचे तारुण्य, रसरसलेले अवयव—वेळप्रसंगी यांचीदेखील विक्री करून पोटाची भूक भागवणे भिकारणीला आवश्यक होते.

समोरच्या तरुण आणि एकाकी सैनिकाला 'काही द्या ना?' असे म्हणताना तिने त्यातून शरीरदानाची सिद्धताही दर्शवली होती. तिच्या आवाहनाला सैनिकाने कसा प्रतिसाद दिला? तोही 'पोटासाठी शरीर विकणाराच' आहे. तो काय किंवा ती भिकारीण काय, शरीर हेच दोघांचेही उदरनिर्वाहाचे साधन आहे. देहविक्रयाची दोघांची रीत निराळी असेल. पण शेवटी दोघेही शरीरविक्रय करून पोटाची भूक भागवणारेच.

जनवसतीपासून दूर असलेली जागा. झाडाखालच्या सावलीतला एकान्त. समोर एक तरुण भिकारीण देहदानाला उत्सुक असलेली. आणि सैनिक? तोही घरादारापासून तुटलेला. त्याचेही शरीर काही मागत आहेच. पण सैनिकांची स्त्रीदेहाची गरज कितीही मोठी असली, तरी त्याच्यापाशी विवेक, सभ्यता, सुसंस्कृतता आहे.

शूर शिपाई किंचित बुजला
संकोचाची छटा मुखावर
खिशात गेले हात परंतु
नजरेतुन ओसंडे काहुर!

हे सर्व खरे होते. पण इतके असूनही, त्यालाही काही हवे होतेच! शब्दांचा वापर न करता त्यानेही आपले मनोगत 'कसे तरी' व्यक्त केले. दोघांनी परस्परांची गरज जाणली. भूक ओळखली. त्या एका समान ओढीने त्यांना एकत्र आणले आणि मग अशा वेळी जे होत असते, होणे अपरिहार्य असते, ते झाले.

—दुनियेपासुन तुटलेले ते
दोन अनामिक जवळी आले

दूर जरा दरडीच्या खाली
मच्छरदाणी करिती पर्णे
नीरवतेवर मुद्रित झाले,
विविध भुकांचे एकच गाणे
एकत्र नाणे!

स्त्रीसंगासाठी भुकेजलेला सैनिक आणि पोटाची भूक भागवण्यासाठी जवळ असलेले तरुण शरीर, ती एकमेव विक्रेय वस्तू, खर्ची घालण्यास सिद्ध असलेली भिकारीण—दोन अनामिक गरजू जीव एकत्र येतात आणि परस्परांची भूक भागवतात. सैनिकाला वासनेच्या उपशमाचे समाधान मिळते, तर त्याच्याकडून मिळालेल्या चार पैशांवर दुपारची पोटाची भूक भागवता येईल, या समाधानाने भिकारीण तृप्त होते. दूर दरडीच्या खाली, गर्द झाडापानांच्या आडोशाने हा देहदानाचा सोहळा साजरा होतो. त्यात निखळ वासनेच्या उपशमाचे समाधान असेलही कदाचित; पण त्यापेक्षा भुकेल्या माणसाला भाकरतुकडा मिळाल्यानंतर भूक भागल्याचा आनंद कदाचित अधिक प्रमाणात असेल. कवितेच्या शेवटी कवी या साऱ्या सोहळ्याचा सारांश सांगतो –

नीरवतेवर मुद्रित झाले
विविध भुकांचे एकच गाणे
एकच नाणे!

पोटाची भूक व ती भूक भागवण्यासाठी माणसांना कराव्या लागणाऱ्या तडजोडी, पत्करावी लागणारी लाचारी आणि अनेक वैध-अवैध मार्गांचा करावा लागणारा अवलंब हा कुसुमाग्रजांच्या अखंड कुतूहलाचा, चिंतनाचा व सहानुभूतीचा विषय आहे. भरल्यापोटी माणसाला संयम, विवेक, सभ्यता, सुसंस्कृतपणा या गोष्टी सहज सुचतात. पण पोटात भुकेचा अग्नी प्रज्वलित झाला की, त्याच्या भडक्यात नीतिअनीतीच्या समाजमान्य कल्पना जळून खाक होतात.

कुसुमाग्रजांच्या अनेक कवितांत, त्याप्रमाणे त्यांच्या कथाकवितांतूनही या भुकेची वर्णने, तिची दारुण वेदना यांची चित्रणे अनेकदा येतात. जी गोष्ट पोटाच्या भुकेची, तीच गोष्ट वासनांच्या भुकेची. तीही भूक अनावर असते आणि तिचे शमन करण्यासाठी माणसे अनेकदा परंपराबाह्म गोष्टींचा अवलंब करतात. या दोन्ही प्रकारच्या भुकांकडे बघण्याची कुसुमाग्रजांची वृत्ती उदार, सहानुभूतिपूर्ण आहे. म्हणूनच घरादारापासून तुटलेला आणि प्रेमाच्या स्पर्शासाठी आसुसलेला हा अनामिक सैनिक त्यांच्या करुणेचा विषय होतो. पोटासाठी आपले तारुण्यसंपन्न शरीर वापरणारी भिकारीणही त्यांना घृणास्पद वाटत नाही. पोटासाठी या जगात किती प्रकारे आणि कोणकोणत्या पातळीवर शरीराचा बाजार मांडला जात आहे, याचे अत्यंत समंजस आणि सहानुभूतिपूर्ण चित्रण कुसुमाग्रज या कवितेत करतात. कवितेतले दोन्ही जीव हे शेवटी याचकच असतात. त्यांचे चित्रण जसे आपल्या मनाला चटका लावून जाते, त्याप्रमाणे आपल्याला अन्तर्मुखही करते आणि नीतिअनीतीच्या परंपरेने चालत आलेल्या ज्या कल्पना आपण सहजपणे स्वीकारलेल्या असतात, त्यांचाही पुनर्विचार करण्यास आपण प्रवृत्त होतो, हेच या कवितेचे वैशिष्ट्य आहे.

■

हुरहुर

काळोखामधुनी पल्याड न दिसे या रात्रिचा शेवट,
आणी मोहकता तिला तरि कसा दुष्प्राप्य तारागण?
अज्ञेयातुन आरपार न दिसे दिक्काल यांचा तट
चित्ताच्या नयनी दुरून खुपती का दिव्य आशाकण?

मी श्वासास धनी अखंड फिरतो वारा भरारा जरी,
आधी बारिक वाडगे तरि तया ही कुंपणे घातली!
या वाऱ्यावर बांधणारा कधि मी उंची मनोरे परी?
केव्हा नांगरणार ताल उघडी ही माळरानातली?

जे दृष्टीस दिसे न, तेच पटुनी वाटेल चित्ता कधी?
बुद्धीला जिरवीन भावजलि का?—आशा न माते दुजी
तेजाला हुडकीन का लपलिया या अंधकारामधी?
केव्हा मस्तक लोपुनी हृदयि या होईल उंची खुजी?

माझे होइल सर्व हे कधि, मला जे आजला पारखे?
माझे चित्रच नाचवीन नयनी माझ्या कधी सारखे?

— गोविंदाग्रज

गोविंदाग्रज

राम गणेश गडकरी हा मराठी साहित्यविश्वात एक अद्भुत चमत्कार होऊन गेला. नाट्य, काव्य आणि विनोद या तिन्ही क्षेत्रांत त्यांच्या सर्जनशील प्रतिभेने स्वैर संचार केला आणि तिथे आपले वैशिष्ट्य प्रस्थापित केले. तीव्र बुद्धिमत्ता, उद्दाम कल्पकता आणि विलक्षण भावनोत्कटता या सर्व गुणांचा आढळ त्यांच्या साहित्यात होतो. राम गणेश गडकरी यांना दुर्दैवाने आयुष्य कमी लाभले. त्यांचा जन्म अठराशे सत्त्याऐंशी साली झाला आणि एकोणीसशे एकोणीस साली ते निधन पावले. म्हणजे जेमतेम बत्तीस वर्षांचे आयुष्य त्यांच्या वाट्याला आले. पण या अल्पकाळातही साहित्यसृष्टीत त्यांनी अतिशय मोलाची कामगिरी बजावली आहे आणि ती चिरस्थायी झाली आहे.

गडकरी यांनी आपले कवितालेखन 'गोविंदाग्रज' या टोपणनावाने केले. 'वाग्वैजयंती' हा त्यांच्या कवितांचा एकमेव संग्रह आहे. '*हुरहुर*' ही कविता त्यातूनच घेतलेली आहे. प्रथमच एक गोष्ट मान्य करावयास हवी. ती ही, की '*हुरहुर*' ही कविता काहीशी अनाकलनीय आहे. तिचा शब्दश: अर्थ लावू गेल्यास आपल्या पदरी निराशाच पडते; परंतु गडकऱ्यांचे काही वृत्तिविशेष ध्यानी घेता कवितेतून आशयाचे विशिष्ट सूत्र गुंफले गेले असावे, असे वाटते. गडकरी अत्यंत बुद्धिमान होते. या बुद्धिमत्तेची त्यांना जाण तर होतीच; पण तिचा त्यांना अहंकारही होता.

'*प्रेम आणि मरण*' या त्यांच्या अत्यंत प्रसिद्ध कवितेचा नायक जो वृक्ष, तो 'पुऱ्या जोमात वाढलेला', 'उंच' असा आहे. त्याच्या भोवतालची दुनिया 'दीड वितीची' असून, ती त्याला तुच्छ वाटते. या दुनियेचे स्वरूप कसे आहे? तर तिथे '*झुडपेच खुरट इवलाली । मातीत पसरल्या वेली माजती*'. म्हणजे वृक्षाशी 'तुल्यबळ' असे तिथे कुणीच नाही. हे वर्णन '*प्रेम आणि मरण* 'मधील वृक्षाचे असले, तरी त्यामध्ये बौद्धिकदृष्ट्या अत्यंत सामान्य आणि क्षुद्र असलेल्या विसंवादी जगात काहीशा एकाकीपणे वावरणाऱ्या बुद्धिवान गडकऱ्यांचे अस्पष्ट

चित्र आपल्या डोळ्यांपुढे उभे राहते. गडकऱ्यांच्या नाटकांतही नायक - खलनायकांच्या चित्रणात त्यांच्या अंगी असलेल्या लोकोत्तर बुद्धिमत्तेचे उल्लेख येतात. 'भावबंधन'मधला घनश्याम 'माझ्या बुद्धिप्रधान मस्तकाचा ठाव तुला कधीच लागणार नाही', असे लतिकेला बजावून सांगतो. त्यांचा सुधाकरदेखील स्वतःच्या तुलनेने अत्यंत सामान्य, ठेंगण्या, निव्वळ पोटभरू जगात वावरत असतो. अशा उल्लेखांतून, काहीशा दुरान्वयाने का होईना, गडकरी स्वतःचेच वर्णन करत आहेत, असे वाटते.

तथापि, आपली बुद्धी अलौकिक असली, तरी जगाचे, जीवनाचे गूढ कोडे उलगडण्यासाठी ती नेहमीच उपयोगी ठरेल, असे नाही, याची जाण गडकऱ्यांना असावी आणि हे कोडे सुटायला हवे असेल, तर बुद्धिमत्तेपेक्षा भावोत्कटता तिथे जास्त कामी येईल, असाही त्यांचा समज असावा. '*हुरहुर*' या कवितेत जीवनाचे गहन रहस्य उकलण्यासाठी निव्वळ बुद्धिमत्तेपेक्षा आणखी काही वेगळेच बळ आपल्याला हवे आहे आणि ते बळ भावनेच्या द्वारा आपल्याला लाभेल, असा आशय गडकरी व्यक्त करतात.

कवितेच्या पहिल्या कडव्यात आपल्या बुद्धिमत्तेच्या या मर्यादा गडकऱ्यांना जाणवत आहेत, असे वाटते. 'या रात्रीचा शेवट काळोखाच्या पल्याड आहे, तो आपल्याला दिसत नाही', त्या प्रमाणेच 'दिक्कालाचा तटही अज्ञेयातून आरपार आपण पाहू शकत नाही', ही खंत गडकरी बोलून दाखवतात. आपली बुद्धीच केवळ इथे अपुरी पडत आहे, असे नाही, तर आपल्याला जे शरीर लाभले आहे, त्यालादेखील निसर्गाने सीमा घातल्या आहेत, ही क्लेशकारक जाणीव गडकरी पुढल्या कडव्यात प्रकट करतात. ते सबंध कडवेच इथे उद्धृत केले पाहिजे, इतके ते सुंदर आणि आशयगर्भ आहे.

मी श्वासास धनी अखंड फिरतो वारा भरारा जरी
आधी बारिक वाडगे तरि तया ही कुंपणे घातली
या वाऱ्यावर बांधणारा कधि मी उंची मनोरे परी?
केव्हा नांगरणार ताल उघडी ही माळरानातली?

कवी म्हणतो, 'वारा साऱ्या अवकाशाला व्यापून अखंडपणे भरारा फिरत आहे. पण मी केवळ एका श्वासापुरताच त्यावर मालकी दाखवू शकतो. आधी हे देहाचे वाडगे किती लहानसे आणि त्याच्याभोवतीही पुन्हा निरनिराळी कुंपणे, बंधने घातलेली आहेतच! या वाऱ्यावर मी माझ्या मनोगताचे मनोरे कसे आणि केव्हा बांधणार? भोवती उघडे माळरान पसरले आहे; पण तिथली ताल नांगरून माझ्या मनाजोगते पीक तिथून कधी काढणार?' मानवी मर्त्यता, त्याच्या

शरीरबळाला आणि बौद्धिक बळाला निसर्गानेच घातलेल्या मर्यादा, त्याच्या विविध महत्त्वाकांक्षा आणि त्याची हतबलता यांचे फार सुंदर चित्र गडकऱ्यांनी इथे रेखाटले आहे. माणसाची बुद्धी ही निसर्गाने त्याला दिलेली एक श्रेष्ठ देणगी आहे; पण तिच्या योगाने आपण सारे काही साधू शकतो, कशावरही स्वामित्व मिळवू शकतो, ही त्याची घमेंड व्यर्थ आहे. या ओळी वाचताना मर्ढेकरांच्या त्या प्रसिद्ध ओळींचे स्मरण झाल्यावाचून राहत नाही. मर्ढेकर म्हणतात, '*माझ्या ज्ञानाचे कुंपण स्मशानात*' तर गडकरी म्हणतात, '*आधी बारिक वाडगे तरि तया ही कुंपणे घातली*'

मनुष्य जेवढा बुद्धिमान असेल, तेवढीच त्या बुद्धीच्या मर्यादा जाणवल्यावर त्याला वाटणारी खंतही उत्कट! त्या दृष्टीने या कडव्यात गडकऱ्यांनी वापरलेल्या विविध शब्दसंहती, प्रतिमा या फार अर्थपूर्ण आहेत. 'अखंड भरारा फिरणारा वारा'. 'वाऱ्यावर बांधता न येणारे उंची मनोरे' किंवा 'माळरानावरची नांगरता न येणारी ताल' या प्रतिमांतून माणसाची केविलवाणी हतबलता फार परिणामकारक रीतीने व्यक्त झाली आहे.

या कवितेतून गडकरी मानवी ज्ञानाच्या मर्यादा स्पष्ट करतात. एका मर्यादेपर्यंत ज्ञान ही रहस्ये उलगडण्यास साह्यकारी ठरते, पण त्याच्यानंतर उत्कट भावबळ हीच माणसाची खरी गरज असते. म्हणून गडकरी म्हणतात, '*बुद्धीला जिरवीन भावजलि का? —आशा न माते दुजी*'. बुद्धी ही तर्ककर्कश, कठोर, तडजोड न करणारी— म्हणजेच हृदयशून्य असते. तिच्यानंतर 'भावजल'च जीवनात माणसाला कामी येते. हा आशयही गडकऱ्यांनी अत्यंत परिणामकारक भाषेत व्यक्त केला आहे.

> *जे दृष्टीस दिसे न, तेच पटुनी वाटेल चित्ता कधी?*
> *बुद्धीला जिरवीन भावजलि का?—आशा न माते दुजी*
> *तेजाला हुडकीन का लपलिया या अंधकारामधी*
> *केव्हा मस्तक लोपुनी हृदयि या होईल उंची खुजी?*

इथे गडकरी केवळ स्वतःसाठी नव्हे, तर साऱ्या मानवजातीविषयीच जणू एक अपेक्षा व्यक्त करत आहेत. जीवनातली महान सत्ये बुद्धीच्या डोळ्यांना कधीच दिसत नाहीत. त्यासाठी ही बुद्धी भावजलात भिजून, विरघळून मृदू व्हायला हवी असते. ज्ञानाच्या पलीकडे असलेले अंतिम ध्येय, अंधकारात दडलेले तेज जर हुडकायला हवे असेल, तर माणसाचे बुद्धिप्रधान मस्तक त्याच्या हृदयात लोपले पाहिजे. त्याची उंची खुजी झाली पाहिजे. हे भाग्य आपल्याला कधी लाभेल का, असा आर्त प्रश्न गडकरी इथे विचारतात.

या कवितेतला काही भाग हा सहजासहजी आकलन होण्याजोगा नाही. त्या शब्दांतून, त्या ओळींतून गडकऱ्यांना नेमके काय अभिप्रेत आहे, ते आपल्याला उमगत नाही. 'जे दृष्टीस दिसे न, तेच पटुनी वाटेल चित्ता कधी?' एरव्ही जे

सहजासहजी दृष्टीस पडत नाही, असे गडकऱ्यांना काय नजरेला पडायला हवे होते? इथे काही आध्यात्मिक आशय कवीच्या मनात असेल का? सारे अध्यात्मवादी म्हणतात, की अंतिम गहन सत्याचे आकलन हे केवळ बुद्धीच्या बळावर होतच नाही. त्यासाठी भावनेचा ओलावा, आर्द्रता आवश्यक असते. जे ब्रह्मज्ञान मोठमोठ्या तपस्व्यांना, साधूंना प्राप्त झाले नाही, ते कृष्णावर भाबडे प्रेम करणाऱ्या गोकुळातल्या गोपींना सहज साध्य झाले. एक अशी कथा सांगतात की, कबीरांना भेटायला आलेले त्यांचे काही भक्त त्यांच्या भक्तिप्रेमाची थोरवी मुक्तकंठाने गाऊ लागले. तेव्हा कबीर त्यांना म्हणाले, 'माझ्या भक्तिप्रेमाचा कसला बडेजाव सांगता? खरे प्रेम तर त्या गोकुळातल्या गोपींनी कृष्णावर केले—'एक एक गोपीके प्रेम में बह गये लाख कबीर'. एका एका गोपीच्या उत्कट प्रेमामध्ये माझ्यासारखे लाखो कबीर वाहून गेले आहेत!' गडकऱ्यांनादेखील असेच काही म्हणायचे असेल का?

साऱ्याच बुद्धिमंतांना आपल्या बुद्धीचा अहंकार वाटत असतो. तिला असाध्य असे कोणतेही ज्ञान या जगात नाही, ही त्यांची धारणा असते. पण जाणिवेचे अनेक गूढ, अज्ञात प्रदेश असे असतात, की जिथे तर्कनिष्ठ बुद्धीची धाव पोचू शकत नाही. त्यासाठी भावनेचाच आधार द्यावा लागतो. बुद्धीला भावजलात जिरवले पाहिजे, बुद्धिप्रधान मस्तकाने खाली वाकून भावनेने आर्द्र झालेल्या हृदयापुढे शरणागती पत्करली पाहिजे, असे गडकऱ्यांना इथे अगदी उत्कटतेने वाटत आहे.

पण या भावजलाच्या जोरावर गडकऱ्यांना शेवटी काय साध्य करायचे होते? ते आपले अंतिम ईप्सित त्यांनी कवितेच्या शेवटच्या दोन ओळींत सांगितले आहे. पण त्या ओळी दुर्बोध आहेत. त्यांचा नेमका अर्थ आपल्याला आकलन होत नाही. गडकरी म्हणतात :

माझे होईल सर्व हे कधि, मला जे आजला पारखे?
माझे चित्रच नाचवीन नयनी माझ्या कधी सारखे?

जे मला पारखे झाले आहे, ते सर्व पुन्हा माझे व्हावे, माझेच चित्र मला माझ्या डोळ्यांत नाचवता यावे, असे गडकरी म्हणतात. म्हणजे त्यांना नेमके काय हवे होते? केशवसुत आपले 'हरपले श्रेय' शोधताना म्हणतात—

म्हणुनि जीव पाखडीतसे, न परि हरपले ते गवसे

गडकरी देखील असेच काही हरपले श्रेय शोधत आहेत का? 'तेजाला हुडकीन का लपलिया या अंधकारामधी' असे व्याकूळ उद्गार ते काढतात. ते

तेज हेच त्यांचे हरपले श्रेय असेल का? गडकरी हे अध्यात्म मार्गावरचे प्रवासी होते, असे म्हणण्यास आपल्यापाशी काही पुरावा नाही; परंतु आध्यात्मिक साधना करणारांप्रमाणे कलावंतालाही काही श्रेय संपादन करायचे असते. तोही स्वतःला सर्वत्र पाहू इच्छितो. एका आत्मौपम्य वृत्तीने विश्वाशी एकरूप व्हावेसे त्याला वाटत असते. गडकऱ्यांना जे ध्येय पारखे झाले आहेसे वाटते, ते हेच तर नसेल? 'माझेच चित्र मला माझ्या डोळ्यांत नाचवता यावे' म्हणणारे गडकरी एका वेगळ्या वाटेने या आध्यात्मिक जीवनसार्थकाचाच तर शोध घेत नसतील? कवितेच्या शेवटच्या दोन ओळी अवघड असल्या, तरी असेच काही त्या सुचवताहेत का?

'हुरहुर' कविता मी जेव्हा जेव्हा वाचते, तेव्हा तेव्हा ती मला अस्वस्थ करते. मी माझ्यापुरता तिचा एक अर्थ लावला. पण तोच तिचा एकमेव अर्थ असेल, असे मी समजत नाही किंवा गडकऱ्यांना आपल्या कवितेचा हाच अर्थ अभिप्रेत असेल, असेही मी म्हणू शकत नाही. एक मात्र खरे; गडकऱ्यांसारख्या विलक्षण बुद्धिमान आणि त्याबरोबर अत्यंत भावनाशील अशा संवेदनक्षम कलावंताला बुद्धी आणि भावना यांच्यामधला हा संघर्ष तीव्रतेने जाणवत असला पाहिजे, असे मात्र नेहमी मनात येते.

त्यांच्या नाटकांतून बुद्धी आणि भावना यातील विरोध व्यक्त करणाऱ्या पात्रांच्या जोड्या रंगवलेल्या दिसतात आणि तिथे तर्ककठोर बुद्धीने भाबड्या. पण उत्कट भावनेपुढे हार खाल्लेलीही दिसून येते. आपल्या बुद्धिप्रधान मस्तकाला सर्वस्व मानणारा 'भावबंधना'तला निर्दय व कठोर घनश्याम शेवटी निरपेक्ष दयेला, प्रेमाला शरण जातो. तीव्र आणि तल्लख बुद्धीचे पेच खेळू शकणाऱ्या लतिकेला शेवटी सहृदय मालतीची थोरवी मान्य करावी लागते. भाबडा, व्यवहार न जाणणारा धुंडिराज साऱ्यांची सहानुभूती संपादन करतो आणि 'एकच प्याला'तली सरळ, प्रेमळ, पतिपरायण सिंधु सुधाकराच्या हातून मरण पत्करताना त्याच्यापेक्षा अनंत पटींनी मोठी, उंच ठरते.

जिथे बुद्धीचे सारे सामर्थ्य हतबल होते, ती भावबळाची थोरवी गडकरी आपल्या नाटकांमधून अनेक वेळा मान्य करताना दिसतात आणि म्हणूनच 'बुद्धीला जिरवीन भावजलि का?—माते न आशा दुजी' ही त्यांच्या 'हुरहुर' कवितेतली ओळ किंवा 'मस्तक हृदयात लोपून माझी उंची कधी खुजी होईल का' ही त्यांच्याच कवितेतली असोशी मला तिचा विशिष्ट अर्थ जाणवून देत आहे, असे वाटते.

■

जोगी

यांतील तुझे घर वद कुठले?
बुडता दिस हे नगर गवसले!

फिरलो भ्रमलो बिदीबिदीतुनि
साद घातली सदनी सदनी
पडसादही नच उठले फिरुनी
सुने सुने पथ नेत्रचि थिजले
यांतील तुझे घर वद कुठले?

धूसर काळी भयाण वसती
मुके गवाक्षी दीप उजळती
प्रतीक्षेत जणु हृदये जळती
बघ पश्चिमेतुनी घन उठले
यांतील तुझे घर वद कुठले?

दिशा ढगे भारावुन गेल्या
गाव वादळी हलला फुटला
धरिला तरुही पथि उन्मळला
वीजपदर चाटून चालले
यांतील तुझे घर वद कुठले?

दीपहि न घरि तुवा लाविला
खूण ठेविला नच फुलझेला
का शून्यी बोलविले मजला?
परतता नगरदारहि मिटले
यांतील तुझे घर वद कुठले?

— *कान्त*

कान्त

कान्त या नावाने कवितालेखन करणारे वामन रामचंद्र कान्त हे कवी मूळचे मराठवाड्यातले. निजामाची राजवट जेव्हा तिथे होती आणि उर्दूचे आक्रमण मराठी भाषेवर सातत्याने होत होते, त्या काळात मराठवाड्यातले मराठीचे स्थान अढळ राहावे, म्हणून तिथल्या साहित्यिकांनी जिवापाड प्रयत्न केले. कान्त हे त्यापैकी एक प्रमुख कवी. साहित्यकार.

शततारका हा रुबायांचा संग्रह आणि *रुद्रवीणा, वाजली विजेची टाळी, वेलांटी, मरणगंध,* इत्यादी स्फुट कवितांचे संग्रह कान्तांच्या नावावर रुजू आहेत. उत्कट राजकीय जाणीव आणि धुंद प्रणयभावना या कान्तांच्या कवितेमागील प्रमुख प्रेरणा असल्याचे जाणवते. मराठवाड्यात पूर्वायुष्य गेल्यामुळे उर्दू काव्याचेही गडद रंग त्यांच्या कवितेवर चढले आहेत. मूळचे मराठवाड्यातले कान्त व्यवसायपरत्वे पुढे महाराष्ट्रात येऊन स्थायिक झाले. दीर्घकाळ आकाशवाणीवर त्यांनी काम केले. थोडेबहुत गद्यलेखन त्यांनी केले आहे. पण मराठीतला अग्रगण्य कवी हाच त्यांचा खरा परिचय. रविकिरण मंडळातले कवी अस्तंगत होऊ लागले, तेव्हा अनिल, बोरकर, कुसुमाग्रज यांच्या जोडीने कान्त यांनीही लक्षणीय काव्यलेखन केले. काही दीर्घकाव्ये त्यांनी लिहिली आहेत. *नागासाकीचे अंध, सखि शेजारिणी, तू हसत रहा* यासारख्या त्यांच्या स्फुट कविता मराठी रसिकांच्या सदैव स्मरणात राहतील.

जोगी ही कान्तांची फारशी प्रसिद्ध नसलेली अशी एक कविता. तिचे *जोगी* हे शीर्षकच कवितेत अनुस्यूत असलेल्या आशयासंबंधीच्या अनेक संभाव्यता सुचवणारे आहे. *जोगी* ही रूढ अर्थाने प्रेमकविता आहे; पण या प्रेमाचे चित्रण इथे इतके धूसर आणि अस्पष्ट आहे की, कविता निखळ प्रेमभावनेपेक्षा आणखी वेगळे काही सुचवत आहे का आणि त्यामुळे तिला साध्या शब्दार्थापलीकडचे एक व्यापक अर्थपरिमाण लाभत आहे का, हे बघणे उद्बोधक ठरेल, असे मनात आल्यावाचून राहत नाही.

कवितेचे *जोगी* हे शीर्षक प्रारंभी मनात कुतूहल निर्माण करते. भारतीय संस्कृतीत 'जोगी' या संकल्पनेला काही विशिष्ट अर्थ आहे. *जोगी* हे *योगी* या संस्कृत संज्ञेचे अपभ्रष्ट आणि अधिक रूढ असे स्वरूप आहे. सर्वसंगपरित्याग करून जोगी होणे ही कल्पना भारतीय मनाला भावते. मोह पाडते. त्या शब्दाच्या केवळ उच्चारानेही *अन्तर्लीन* अशा अनेक सांस्कृतिक आणि वाङ्मयीन संदर्भांना जाग येते. आदिनाथ शंकर हा योगी म्हणजेच 'जोगी' आहे. एका जुन्या मराठी लोकगीतात पार्वती काहीशा प्रेमाने, तर काहीशा विरक्त वृत्तीने शंकराचे वर्णन करते, *'मस्तकी जटाजूट त्रिपुंड्र भाळी, ग । कसा जोगडा, बाई, पडला कपाळी, ग!'* या तिच्या उद्गारात योग्याबरोबर संसार थाटून बसण्यातली खंत प्रकट झाली आहे. रसराज शृंगाराचे अनेक रंग अनासक्त वृत्तीने खेळणारा श्रीकृष्ण हा योगेश्वर आहे. ही दोन महान दैवते सोडली, तरी पुढेही जोग्याचे अनेक उल्लेख साहित्यात येतात. 'जोगी, मत जा, मत जा, मत जा । पाँव पडूँ मैं तोरी', म्हणणारी प्रेमदिवाणी मीरा सर्वपरिचित आहे. ऐन तारुण्यात प्रेमभंग झाल्यामुळे जोग घेतलेले अनेक नायक मराठी प्रेमकवितेत वारंवार आपल्याला भेटतात. *'घेतला जोग जोग धरुनी भगवे'* म्हणणारा तांबे यांच्या एका कवितेतला नायक यौवनात वाट्याला आलेल्या प्रेमनिराशेमुळेच निःसंग होऊन या मार्गाला लागला आहे, हे कविता वाचताना जाणवते. पुरुषांप्रमाणे स्त्रियाही जोगिणी होतात. कधीकधी तर प्रेमसाफल्याच्या आनंदाकडे पाठ फिरवूनही केव्हा आपखुशीने तर केव्हा सक्तीने त्या हा संन्यास पत्करतात. कुसुमाग्रजांच्या एका कवितेतली नायिका आपल्या प्रियकराला म्हणते :

मठ उभा करोनी मनात मी, राजसा
जोगीण जाहले हा जन्माचा वसा
मज दिला भवाने शून्याचा वारसा—

हा 'शून्याचा वारसा' जन्मभर सांभाळणे सोपे नाही. त्याची चित्रे साहित्यात अनेक लेखक—कवींनी उत्कटपणे रेखाटलेली दिसतात. प्रेमभंगाच्या दारुण वेदना विसरण्यासाठी जोगी होणे या कल्पनेत काहीतरी विलक्षण 'रोमँटिक' आहे, यात शंका नाही.

कान्तांच्या कवितेतला जोगी याच प्रकारचा असावा. आध्यात्मिक फलप्राप्तीसाठी नव्हे, तर पूर्ववयातील विफल प्रेमाच्या स्मृती विसरण्यासाठी तो जोगी झाला आहे. पण अशा स्मृती विसरू म्हटले, तरी विसरता येत नाहीत. आयुष्याच्या उतरत्या काळात पुन्हा कधीतरी ती स्मरणे मनात जागवावीत, जिथे यौवनातले कोवळे प्रेम फुलले, ते स्थळ पुन्हा बघावे, तिथे कदाचित आजही निवास करून

राहिलेल्या प्रियेचे पुनदर्शन घ्यावे, अशी उत्कट असोशी वाटणे अशक्य नाही. भूतकाळात बुडून गेलेल्या या भावविश्वाचा पुन्हा शोध घेण्यासाठी हा जोगी त्या जुन्या गावात आला आहे. कवितेच्या पहिल्या दोन ओळी यासंदर्भात विलक्षण अर्थपूर्ण आहेत. जोगी म्हणतो :

यांतील तुझे घर वद कुठले?
बुडता दिस हे नगर गवसले!

जुन्या गावाचा शोध घेत जोगी येतो. 'दिस बुडताना' हे नगर त्याला सापडले आहे. ती दिवसाची तर सांजवेळ आहेच, पण ओसरत आलेल्या आयुष्याचीही ती संध्याकाळ आहे. त्या दृष्टीने *बुडता दिस हे नगर गवसले* ही ओळ फार सूचक वाटते. जोगी जुन्या गावात आला खरा, पण मध्ये उलटून गेलेल्या अनेक वर्षांनी गावात खूपच बदल झाला आहे. त्यामुळे प्रेयसीचे घर त्याला गवसत नाही आणि मग यातील *तुझे घर वद कुठले?* असा आर्त प्रश्न तो विचारतो.

गाव तेच आहे, पण ओळखीच्या खुणा काहीच नाहीत. जोगी भांबावतो. भ्रमिष्टासारख्या *बिदीबिदीतून* म्हणजे साऱ्या राजरस्त्यांतून, चौकांतून तो भटकत राहातो. घराघराला साद घालतो. पण सारे मूक, शांत, निःस्तब्ध. त्याला प्रत्युत्तर मिळणे तर दूरच, पण त्याच्या व्याकूळ हाकांचे साधे पडसादही उमटत नाहीत. सुने, निर्मनुष्य रस्ते थिजलेल्या डोळ्यांसारखे भावशून्य, भयानक वाटतात. तो म्हणतो :

फिरलो भ्रमलो बिदीबिदीतुनि
साद घातली सदनी सदनी
पडसादही नच उठले फिरुनी
सुने सुने पथ नेत्रचि थिजले!

गावावर कुण्या जादूगाराने जणू मंत्र टाकला आहे किंवा कसल्या तरी शापाने गावाचे चैतन्य हरपले आहे. गावात वसती आहे; पण ती 'भयाण काळी'. गवाक्षात दिवे जळत आहेत, पण ते 'मुके', कसलीही भाषा न बोलणारे. हे दिवे म्हणजे कुणाची तरी प्रतीक्षा करीत जळणारी जणू हृदये आहेत. जोग्याला आपल्या आतुर हृदयाचेच ते प्रतीक वाटते आणि अशा शंकाकुल मनःस्थितीत बावरून तो गावात हिंडत असताना येणाऱ्या वादळाची त्याला चाहूल लागते. पश्चिमेतून ढग उठताना दिसतात. जोग्याच्या या संभ्रान्त

मनःस्थितीचे चित्र पुढील ओळींमध्ये उमटले आहे :

धूसर काळी भयाण वसती
मुके गवाक्षी दीप उजळती
प्रतीक्षेत जणु हृदये जळती
बघ पश्चिमेतुनी घन उठले!

–आणि मग येते वादळ. मृतवत शून्य पडलेल्या गावाची दुर्दशा करीत, होत्याचे नव्हते करून टाकीत वादळ कोसळते. दिशा ढगांनी भारावून जातात. कोसळणाऱ्या वादळी पावसात गाव हलतो, फुटतो. आधारासाठी, संरक्षणासाठी जोगी घडीभर ज्या झाडाचा आश्रय घेतो, ते झाडही वादळाच्या जोराने उन्मळून पडते आणि विजा तर अशा लखलखाट करून तळपत असतात, की त्यांचे पदर आपल्या अंगाला चाटून जात आहेत, असा जोग्याला भयप्रद भास होतो.

दिशा ढगे भारावुन गेल्या
गाव वादळी हलला फुटला
धरिला तरुही पथि उन्मळला
वीजपदर चाटून चालले!

जोग्याचे गावात आगमन होते. जुन्यातले ओळखीचे काहीही त्याला सापडत नाही. प्रेयसीच्या घराचा मागमूस त्याला लागत नाही. घरे बंद. दारे बंद. रस्ते निर्मनुष्य. सारे मुके, भयाण. कुणी कसलाही प्रतिसाद देत नाही. गावाच्या जिवंतपणाची खूण म्हणजे गवाक्षागवाक्षांत शांतपणे जळत राहिलेले दीप. तेही जळणाऱ्या हृदयासारखे व्याकूळ, विव्हळ आणि अशा निकराच्या क्षणीच वादळ येते. गावच्या सजीवपणाच्या उरल्यासुरल्या खुणाही वादळाने पुसून जातात. पण जोग्याला अजूनही आशा वाटते. प्रेयसीचे घर अजून सापडेल, त्याच्या खुणा अजूनही कुठेतरी दृष्टिपथात येतील. पण तसेही काही घडत नाही आणि मग तो आर्तपणे तिला म्हणतो :

दीपहि न घरि तुला लाविला
खूण ठेविला नच फुलझेला
का शून्यी बोलविले मजला
परतता नगरदारहि मिटले!

प्रियेने आपल्या अस्तित्वाची निदान काही साक्ष पटवायला हवी होती.

इतक्या वर्षांनंतर आपल्या भेटीची आशा मनात बाळगून आलेल्या आपल्या पूर्वजीवनातल्या प्रियकराचे तिने स्वागत करायला हवे होते. शब्द नाही तर नाही, निदान खिडकीत संकेतखुणेसारखा जळणारा दिवा, खुणेसाठी ठेवलेला एखादा फुलांचा झेला—तिची, तिच्या मनाची ओळख देणारे काहीतरी सूचक चिन्ह कुठे दिसायला हवे होते. पण तसे काहीही त्याला दिसत नाही. त्याची पुरती निराशा होते. *का शून्यी बोलविले मजला?* असा प्रश्न त्या अदृश्य प्रियेला विचारत तो शेवटी गावातून परत फिरण्यासाठी मागे वळतो, तो काय? —वेशीचे दार बंद झालेले असते आणि जोगी त्या निष्करुण, निष्प्रेम गावातच कायमचा अडकून राहतो. ना इकडे, ना तिकडे, अशी त्याची केविलवाणी अवस्था होते!

जोगी या कवितेत सरळसरळ जाणवणारा अर्थ हा असा आहे आणि तो कवितेच्या प्रथम वाचनात आपल्याला उमगतो. पण नंतर असेही मनात येते, की कविता केवळ विफल प्रीतीची कथा नाही. ती एकूण मानवी जीवनाचीच दारुण शोकांतिका आहे. कुठल्या तरी श्रेयावर जीव जडवावा. ते काही कारणामुळे दुरावल्यावर निरिच्छ होऊन एक मानसिक वैराग्य यावे, आयुष्याचा शेवट जवळ आल्यावर जिवाच्या आकांताने त्या श्रेयाचा पुन्हा एकदम ध्यास घ्यावा आणि ते सारेच संपून गेले आहे, ही जाणीव झाल्यानंतर तिथून परत फिरण्याची वाटही राहू नये; असा काहीसा हा दुःखान्त अटळ प्रवास आहे. काही भाग्यवंतांना जीवनातले आपले ईप्सित सहजपणे लाभते. काहींना जीवनात असे काही मिळवण्याजोगे श्रेय असते, याचाच जन्मभर पत्ता लागत नाही आणि एखाद्याला तो पत्ता लागला, तरी ते श्रेय मात्र त्याला हुलकावण्या देऊन सदैव दूर दूरच जात असते. ही जीवघेणी तडफड, कधी हाती न येणारे श्रेय आणि ते न लाभल्यावर परतीच्या वाटाही आता बंद झालेल्या आहेत, अशी होणारी विदारक जाणीव—या अटळ यातनाचक्रातून त्याला जावे लागते.

या कवितेतील *जोगी* हा या दृष्टीने सतत आशाळभूतपणे श्रेयामागे धावत सुटणाऱ्या सर्वसामान्य माणसाचेच प्रतीक आहे. इथे जोग्याचे श्रेय त्याची भूतकालीन प्रिया हे आहे. पण कवीने प्रियेचे चित्र अंधूक ठेवले आहे. तिचे कसलेही शारीर तपशील तो आपल्याला सांगत नाही. हरवलेल्या, मूळचा चेहरा गमावून बसलेल्या गावाच्या रूपाने ती प्रेयसी मधूनमधून ओझरती जाणवत राहते. त्या दृष्टीने सुने सुने, थिजलेल्या डोळ्यांसारखे दिसणारे रस्ते, गावातील भयाण काळी वसती, गवाक्षांत जळणारे मुके दीप या तपशिलांतून प्रेयसीचेच सूचक आभास कवीने निर्माण केले आहेत. नंतर गावावर कोसळणारे वादळ हेही जोगी व त्याची प्रिया यांच्या भावजीवनाला उद्ध्वस्त करून टाकणाऱ्या एखाद्या वादळाची ओझरती चाहूल देऊन जाते. *'धरिला तरुही पथि उन्मळला'*,

'*वीजपदर चाटून चालले*' या ओळी जोग्याच्या उन्मळून पडलेल्या मनाची जाणीव आपल्याला देतात.

पण सर्वांत परिणामकारक वाटतात, त्या कवितेच्या शेवटी येणाऱ्या ओळी. आपले हताश, भग्न हृदय सावरत जोगी तेव्हा गावातून परत फिरण्याचा निर्धार करतो, गावाच्या वेशीजवळ येतो, तेव्हा 'नगरदार' म्हणजे वेशीचे दार त्याला मिटलेले दिसते. त्या बंद दाराच्या रूपाने भविष्याचे दारही त्याच्यापुरते बंद झालेले असते!

अशी ही कविता. एका प्रेमभग्न हृदयाची जशी ती कहाणी आहे, तशी जीवनात हूल देऊन जाणाऱ्या श्रेयाची आणि त्यामुळे हताश वैफल्यच केवळ पदरात पडलेल्या मानवाचीही ती सनातन शोकांतिका आहे. म्हणूनच कविता वाचून संपवताना त्या जोग्यामध्ये प्रत्येक वाचकाला आपली स्वतःचीच ओळख पटते!

■

मी तुझी मावशी तुला न्यायला आले

ही भरली घागर तुझ्या शिरावर, बाळे
तू उभी, लागले कुठे कुठे तव डोळे?
ही गाडी वाजे खड खड खड खड दूर
हे इकडे उडते धड धड तवही ऊर!
तू प्रसन्न आता, क्षणे खिन्न तू होशी
मेघात गवसला चंद्रच दुसरा दिसशी
तू अल्लड साधी पोर! लाडके
गुरुजने कल्पिली थोर! लाडके
तुज कशास हा संसार? लाडके
हा दोन दिवस तरि टळो, म्हणोनी आले
मन अधीर, गेले माहेरा, तव गेले!

माहेरी आपण भाऊबिजेला जाऊ
येतील न्यावया बाबा अथवा भाऊ
हे प्रौढपणाचे ओझे फेकुनि देऊ
सुचतील तेवढे खेळ खेळुनी घेऊ
ही मनात तुझिया, बाई! वासना
मी ओळखिले, का नाही? सांग ना
भर बघू पुन्हा अश्रूंही लोचना
हे हासत आता आलिंगी मज, बाळे
मी तुझी मावशी तुला न्यायला आले!

— लक्ष्मीबाई टिळक

लक्ष्मीबाई टिळक

लक्ष्मीबाई टिळक. मराठीतले एक ख्यातनाम कवी रे. नारायण वामन टिळक यांच्या पत्नी. परंतु लक्ष्मीबाईंची ओळख एवढीच नाही. मराठी साहित्यात त्यांचे स्वत:चे असे एक वैशिष्ट्यपूर्ण स्थान आहे. त्यांनी लिहिलेले 'स्मृतिचित्रे' हे आत्मचरित्र त्या विशिष्ट वाङ्मयप्रकारातला एक असाधारण असा आदर्श आजही मानला जातो. या आत्मचरित्रातून स्वत: लक्ष्मीबाईंचे जे स्वभावचित्र व्यक्त झाले आहे, ते विलक्षण विलोभनीय आहे. रे. टिळकांनी तरुण वयातच ख्रिस्ती धर्माचा अंगीकार केला. कालांतराने लक्ष्मीबाईही ख्रिस्ती झाल्या. या धर्मांतराचे, त्यातून निर्माण झालेल्या अनेक सामाजिक, सांस्कृतिक आणि मानसिक संघर्षांचे अप्रतिम चित्रण 'स्मृतिचित्रे'मध्ये बघावयास मिळते. लक्ष्मीबाईंनी 'स्मृतिचित्रे' लिहिली, त्याबरोबरच त्यांनी कवितालेखनही केले. इतकेच नव्हे, तर रे. टिळकांच्या निधनानंतर त्यांचे अपुरे राहिलेले 'ख्रिस्तायन' हे महाकाव्य लक्ष्मीबाईंनी पुरे केले. सर्व टिळक कुटुंब तर साहित्यप्रेमी होतेच; पण मराठीतला एक असामान्य प्रतिभेचा कवीही रे. टिळक आणि लक्ष्मीबाई यांच्या वात्सल्यपूर्ण सहवासात काही काळ राहत होता. हा प्रतिभावंत म्हणजे बालकवी. 'स्मृतिचित्रे'मध्ये रे. टिळक, आपले अन्य कुटुंबीय यांच्या बरोबरीनेच बालकवींचेही अत्यंत हृद्य असे रेखाटन लक्ष्मीबाईंनी केले आहे.

इथे दिलेली कविता ही लक्ष्मीबाईंच्या काव्यलेखनाचा एक सुंदर आविष्कार आहे. एकोणीसशे बारा साली 'मनोरंजन' मासिकाच्या दिवाळी अंकात ही कविता प्रसिद्ध झाली होती. तत्कालीन सामाजिक परिस्थित्यनुसार मुलींची लग्ने अल्प वयात होत. अशा मुली सासरी नांदत असल्या, तरी माहेरची ओढ त्यांना आतून लागलेली असे. त्यातही दसरा-दिवाळीसारखा सण जवळ आला, तर त्या मनातल्या मनात त्या सणाची मधुर चित्रे रंगवत. या सणाच्या निमित्ताने आपण माहेरी जाऊ, आई-वडिलांच्या वात्सल्यप्रेमाचा अनुभव घेऊ, भाऊबिजेच्या निखळ आनंदात न्हाऊ आणि भावाला ओवाळून त्याचेकडून सुरेखशी भाऊबीज

घेऊ, अशा अनेक सुखस्वप्नांत त्या सासरचा रहिवास, तिथला शिस्तीचा काच, सासुरवाशिणीवर पडणारी अनेक बंधने विसरून जात. लक्ष्मीबाईंच्या काळातले स्त्रीजीवनाचे हे वास्तव स्वरूप या कवितेत विलक्षण जिव्हाळ्याने आणि उत्कटतेने प्रकट झाले आहे.

या कवितेची नायिका कोवळ्या वयाची एक पोरसवदा सासुरवाशीण आहे.

कवितेच्या सुरुवातीच्या दोन ओळींतच तिचे मूर्तिमंत चित्र आपल्या डोळ्यांसमोर उभे राहते. मुलीचे वर्णन बघावे :

ही भरली घागर तुझ्या शिरावर, बाळे
तू उभी, लागले कुठे कुठे तव डोळे?
ही गाडी वाजे खड खड खड खड दूर
हे इकडे उडते धड धड तवही ऊर!

कोवळी सासुरवाशीण आणि तिच्या माथ्यावर तिला कष्टानेच पेलता येईल, अशी भरलेली घागर. ती घागर तिच्या शिरावर अकाली चढलेल्या संसाराचेच जणू प्रतीक आहे. पाणी भरण्यासाठी ती विहिरीवर– कदाचित पाणोठ्यावर आलेली आहे. पण शिरावरची घागर पेलताना तिचे डोळे मात्र 'कुठे कुठे' लागले आहेत. दिवाळसण जवळ आला आहे आणि माहेरचे बोलावणे आता आपल्याला येईल, या अपेक्षेने तिचे हृदय उत्कंठित, आशातुर झाले आहे. तिचे डोळे जसे 'कुठे कुठे' लागले आहेत, तसे तिचे कानही काही अपेक्षेने चाहूल घेत आहेत. दूर खड खड वाजणाऱ्या गाडीचा आवाज ती ऐकते आणि आपल्याला माहेरहून कुणी न्यायला येईल का, अशा उत्सुकतेने तिचे हृदय धडधडू लागते. आशा-निराशेचा खेळ मनात चालू होतो आणि त्या भावनांच्या छटा आळीपाळीने तिच्या मुखावर झर्रकन उमटून जातात. तिच्या या चंचल, अस्थिर मन:स्थितीचे व त्यामुळे क्षणोक्षणी पालटणाऱ्या तिच्या मुखमुद्रेचे किती सुंदर वर्णन पुढील ओळींत केले आहे :

तू प्रसन्न आता, क्षणे खिन्न तू होशी
मेघात गवसला चंद्रच दुसरा दिसशी

पण कोण करते आहे हे सारे वर्णन? या मुलीला माहेरचे कुणी खरोखर भेटायला आले आहे का? आली आहे तिची मावशी. ती दुरून आपल्या भाचीला बघते. तिचे भारावलेपण, तिची उत्कंठा, तिच्या मनात चाललेला आशा-निराशेचा खेळ. हे सारे ती मावशी बघते आणि तीच हे सारे वर्णन करते.

त्याबरोबर अकाली, अजाण वयात मुलींवर प्रापंचिक जबाबदाऱ्या लादणाऱ्या सामाजिक परिस्थितीवरही ती स्त्रीस्वभावानुरूप काही भाष्य करते. ती म्हणते :

तू अल्लड साधी पोर! लाडके
गुरुजने कल्पिली थोर! लाडके
तुज कशास हा संसार? लाडके
हा दोन दिवस तरि टळो, म्हणोनी आले
मन अधीर, गेले माहेरी, तव गेले!

सासरी नांदत असलेल्या आणि पाणी भरण्यासाठी घरापासून दूर आलेल्या अजाण भाचीची मनोवस्था अचूक ओळखणारी ही मावशी प्रौढ, अनुभवी आणि प्रेमळ आहे, हे तिच्या वरील उद्गारांवरून आपल्याला सहज जाणवते आणि तिचे पुढील शब्दही त्याच मनकवडेपणाची साक्ष पटवतात. ती पुढे म्हणते :

माहेरी आपण भाऊबिजेला जाऊ
येतील न्यावया बाबा अथवा भाऊ
हे प्रौढपणाचे ओझे फेकुनि देऊ
सुचतील तेवढे खेळ खेळुनी घेऊ
ही मनात तुझिया, बाई! वासना
मी ओळखिले, का नाही, सांग ना?
भर बघू पुन्हा अश्रूंही लोचना
ये हासत आता आलिंगी मज, बाळे
मी तुझी मावशी तुला न्यायला आले!

या सर्वच ओळी इतक्या बोलक्या आहेत, की त्यावर वेगळे लिहिण्याची आवश्यकताच नाही. त्या कोवळ्या अजाण मुलीच्या मनःस्थितीचे किती हुबेहूब चित्र इथे रेखाटलेले आहे. तिची अपेक्षा इतकीच आहे, की दिवाळसणाला आपल्याला माहेरी न्यायला बाबा किंवा भाऊ येतील. आपण त्यांच्याबरोबर जाऊ, सासरी माथ्यावर लादले गेलेले हे प्रौढपणाचे ओझे पाण्याच्या या घागरीबरोबर दूर फेकून देऊ, चार दिवस बालवयातले निरागस खेळ पुन्हा मनसोक्त खेळून घेऊ, याहून वेगळे त्या सासुरवाशिणीचे मनोगत काय असणार? ते मनोगत जाणून ही मावशी प्रेमाने आपल्या भाचीला म्हणते, 'आता ये, मला आनंदाने मिठी मार, पाहू. मी तुझी मावशी तुला तुझ्या माहेरी न्यायला आले आहे!'

मुलीला नेण्यासाठी तिचे बाबा किंवा तिचा भाऊ त्यांच्याऐवजी मावशीची योजना करण्यात कवयित्रीने मोठी मार्मिकता प्रकट केली आहे. माहेरच्या विविध स्नेहबंधांत मावशीशी जडलेला मुलीचा स्नेहाचा धागा काही विलक्षण असतो. 'माय मरो; पण मावशी जगो' ही म्हण या धाग्याचा साक्षात्कार घडवते. म्हणून मुलीला माहेरी न्यायला तिची मावशी येते, ही घटनाच अतिशय काव्यात्म आहे.

दुसरी गोष्ट या कवितेची शब्दकळा. ती साधी, सरळ, ओघवती आहे. पण त्यामुळे तिची भावोत्कटता वाढली आहे. मुलीच्या मुखावरची भावनांची आंदोलने व्यक्त करताना मेघात गवसलेल्या चंद्राची तिला दिलेली उपमाही अशीच समर्पक आहे. कवितेच्या प्रारंभीची 'भरली घागर' ही फार अर्थपूर्ण आहे. त्या घागरीच्या रूपाने मुलीच्या शिरावर अकाली चढविलेले संसाराचे जड ओझे कवयित्रीने सूचित केले आहे. 'तू अल्लड साधी पोर! गुरुजने कल्पिली थोर' या मोजक्या शब्दसंहतीत तत्कालीन स्त्रीजीवनाच्या व्यथावेदनांचे सारे चित्र आपल्या डोळ्यांसमोर उभे राहते. 'बाळे', 'लाडके' ही संबोधनेही मायाममतेने ओथंबलेली आहेत. या कवितेचे सर्व सौंदर्य तिच्या साधेपणात आहे.

लक्ष्मीबाई मोठ्या प्रतिभाशाली कवयित्री होत्या, असे नव्हे. पण कविहृदयाची संवेदनक्षमता, उत्कटता आणि स्त्रीजीवनातील सुखदु:खांशी समरस होण्यासाठी आवश्यक ती कल्पनाशील वृत्ती त्यांच्याजवळ होती, यात शंका नाही. 'तुम्हि कवी, भिकारिण मी, हो, तुमच्या दारी' असे कविसंमेलनामध्ये स्वत:ला म्हणवून घेणाऱ्या लक्ष्मीबाई विनयशील होत्या. पण त्यांच्या ठायी भावनेची श्रीमंती निश्चित होती. त्यांचे पती रे. टिळक यांनी '*प्रसाद आहे, प्रतिभाहि आहे, काव्यौघ गानातुनि वाहताहे*' हे लक्ष्मीबाईंबद्दल काढलेले उद्‌गार म्हणूनच सार्थ वाटतात.

■

संक्रान्तिचा दिवस

अद्यापि ते दिवस येति मदीय ध्यानी
मज्जीवनात भरली नवता जयांनी
संक्रान्तिचा दिवस आठवतो तुला का
त्वां जेधवां फुलविली मग भाग्यराका?

घेऊन शुभ्र हलवा निज रौप्यपात्री
आले अकल्पित तुझ्या सदनास रात्री
होते उभी तुजपुढे हलवा धरोनी
त्वां पाहिले मजसि लोचन तैं भरोनी

'का शुभ्रताच अवघी नच यात रंग?'
प्रश्नास उत्तर दिले तव काय सांग?
'यांच्यांत रंग भरणे' वदले हळूच
'हे काम केवळ अतां तुमच्याकडेच!'

टाकात घेऊनि तदा झाली लाल शाई
'कोठे भरू?' म्हणुनि चालविलीस घाई
मी तो मिटून नयने तुझिया पुढारां
होतेच निश्चल तशीच उभी मयूरा!

तो स्पर्श शल्यसम गार मदीय भाळी
होता क्षणी पुलकिता तनु ही जहाली
शीर्षी तुझ्या उधळिला हलवा समस्त
बोलून 'बालिश!' तुवा धरिलास हस्त

तारांगणासम तुझी गमलीच खोली
तीमाजि तू विलसलास हिमांशुमाली
होती सुगंध उधळीतहि रातराणी
भाळावरील नव्हती सुकली निशाणी!

संक्रान्तिचा दिवस आठवतो तुला का
त्वां जेधवा फुलविली मम भाग्यराका?

– यशवन्त

यशवन्त

रविकिरण मंडळ आणि त्यातले कवी यांची मराठी काव्यप्रेमी रसिकांना नव्याने ओळख करून देण्याची आवश्यकता नाही. केशवसुतांचा कालखंड आणि नंतरचा अनिल, कान्त, कुसुमाग्रज, बोरकरांचा कालखंड यांना जोडणारा दुवा म्हणजे रविकिरण मंडळ. हे मंडळ केवळ एक नवी काव्यविषयक भूमिका घेऊन रसिकांपुढे आलेले नव्हते. केवळ सामूहिक काव्यरचना एवढेच त्यांचे ध्येय नव्हते. तर हे मंडळ हा एक सामाजिक सहजीवनाचा प्रयोगही होता. काव्यात्म वृत्तीतून स्फुरलेली, सौंदर्यवाद (Romanticism) हा जीवनधर्म मानणारी आणि तदनुसार अन्त:प्रवृत्तीशी इमान राखून कलासाधना करणारी ती एक अभिनव प्रेरणा होती. तांबे यांच्यासारख्या ज्येष्ठ कवीच्या बरोबरीने रविकिरण मंडळाने मराठी काव्यक्षेत्रात जवळजवळ अर्धशतक अप्रतिहत सत्ता गाजवली. विपुल काव्यलेखन केले. रचनेत साक्षेप आणला. कल्पनारम्यतेपेक्षा वास्तव चित्रणावर अधिक भर दिला. सुनीतापासून खंडकाव्यापर्यंत नवनवे रचनाबंध प्रयोगशील जाणिवेने मराठीत रुजवले. मुख्य म्हणजे, माधव ज्युलियन आणि यशवन्त अशा दोन श्रेष्ठ कवींची तिने या कविपरंपरेला देणगी दिली. पुढच्या निदान तीन पिढ्या तरी रविकिरण मंडळाच्या प्रभावाखाली होत्या. आजची मराठी कविता कितीतरी पुढे गेली आहे. तरीदेखील रविकिरण मंडळाचे ऋण आजही तिला विसरता येणार नाही.

इथे रविकिरण मंडळाचा विस्तृत परिचय करून द्यावयाचा नाही. पण त्यांचे एक वैशिष्ट्य सांगायचे आहे. रविकिरण मंडळाच्या स्वप्नरंजनात सामाजिक सुधारणावादी आदर्शांचाही काही प्रमाणात अंतर्भाव झालेला होता. विशेषत: 'विधवा' हा या कवींचा एक हळवा मानबिंदू (Weak point) होता. गिरीशांचे 'अभागी कमल' आणि माधव ज्युलियन यांचे 'विरहतरंग' या दोन्ही खंडकाव्यांच्या नायिका विधवा आहेत. 'विधवा रागिणी' ही माधव ज्युलियनांची प्रसिद्ध कविताही विधवेचे मनोगत व्यक्त करते. तांब्यांनीही अनेक विधवागीते लिहिली. पण त्या

विधवांपेक्षा रविकिरण मंडळातील कवींच्या काव्यातील विधवा जरा वेगळी आहे. ती सुशिक्षित, धीट, चतुर, स्वातंत्र्यप्रेमी आणि प्रेमाचे पुनर्लग्न करून जीवनातला नष्ट झालेला आनंद पुन्हा जिद्दीने मिळवू बघणारी (तेव्हाची) आधुनिक तरुणी आहे.

यशवन्तांची जी कविता इथे दिलेली आहे, तिची नायिकाही एक विधवाच आहे. पण तिने आपल्या प्रियकराशी पुन्हा लग्न केले आहे आणि त्याचबरोबर सुखाने सहजीवनाचा आस्वाद घेताना मनाच्या एका उत्फुल्ल अवस्थेत आपल्या मनोमीलनाच्या प्रसंगाचे ती पुन्हा स्मरण करत आहे. आपल्या पतीलाही ती आठवण ती पुन्हा करून देत आहे. चित्रपटात flash back असावा, त्या पद्धतीने या कवितेत भूतकाळातला तो स्मरणाचा पट पुन्हा उलगडत जातो आणि त्यातून एक रम्य प्रेमकहाणी आपल्यासमोर साकार होते. हे एक कथाकाव्य आहे आणि त्याबरोबरच नायिका स्वत:च ते निवेदन करत असल्यामुळे ते एक नाट्यगीतही आहे.

कवितेची सुरुवातच मुळी जुन्या दिवसांच्या आठवणीने होते. नायिका आपल्या पतीला म्हणते :

अद्यापि ते दिवस येति मदीय ध्यानी
मज्जीवनात भरली नवता जयांनी
संक्रान्तिचा दिवस आठवतो तुला का?
त्वा जेधवा फुलविली मम भाग्यराका!

आपल्या प्रणयमीलनाची ती मुग्ध स्मृती तुला आहे का, असे आपल्या पतीला विचारूनच नायिका थांबत नाही, तर संक्रान्तिचा तो विशिष्ट दिवस, त्यावेळी झालेली उभयतांची भेट, संक्रान्तीच्या हलव्याची देवघेव करताना घडलेले प्रेमळ विनोदपूर्ण संभाषण आणि त्यातूनच उभयतांच्या जीवनात झालेली क्रांती हे सारे ती हळव्या स्मरणरंजनात गढून जाऊन सांगू लागते. त्याबरोबरच 'त्या दिवशी तू माझी भाग्यराका— म्हणजे भाग्याची पौर्णिमा - फुलवलीस ना?' अशी गोड आठवणही त्याला करून देते.

काय घडले होते त्या दिवशी? खरे तर, त्या रात्री? तसे विशेष काहीच घडले नव्हते. संक्रान्त असल्यामुळे नायिका रौप्यपात्रात हलवा घेऊन तो त्याला देण्यासाठी त्याच्या खोलीवर 'अकल्पित' आणि रात्रीच्या वेळी आली होती. रात्रीची वेळ, खोलीतला एकान्त, आधीच परस्परांवर अनुरक्त असलेले दोन तरुण जीव एकत्र आलेले. अशा त्या स्वप्नभारल्या अवस्थेत नायकाला थोडा खट्याळपणा सुचल्यास त्यात नवल नव्हते. त्यातून त्यांचे संभाषण सुरू होते.

हलवा बघून तो विचारतो :

> 'का शुभ्रताच अवघी? नच यात रंग?'
> प्रश्नास उत्तर दिले तव काय सांग!
> 'याच्यात रंग भरणे' वदले हळूच,
> 'हे काम केवळ अता तुमच्याकडेच!'

हलव्याच्या शुभ्रपणाचे कारण सांगताना नायिका मार्मिकपणे म्हणते, 'या शुभ्र हलव्यात रंग भरणे हे आता तुमचेच काम नाही का?' पर्यायाने आपले रंगहीन वैधव्य रंगसुंदर करणे तुमच्यावरच अवलंबून आहे, असे ती त्याला सुचवते, तिच्या उत्तरातला गर्भितार्थ त्याला कळल्याखेरीज राहत नाही. नायिकेची अबोल, पण सूचक अनुमती त्याला कळते. त्याचा धीटपणा वाढतो. प्रणयातला पुढाकार प्रथम नायकानेच घ्यायचा असतो ना? तो चटकन टाकात लाल शाई घेऊन 'रंग कुठे भरू?' असा प्रश्न तिला विचारतो. ती उत्तर देत नाही. फक्त डोळे मिटून त्याच्या समोर स्तब्ध, निश्चल उभी राहते. आणि मग काय घडते?

> तो स्पर्श शल्यसम गार मदीय भाळी
> होता क्षणी पुलकिता तनु ही जहाली
> शीर्षी तुझ्या उधळिला हलवा समस्त
> बोलून 'बालिश!' तुवा धरिलास हस्त!

खरे तर, सांगण्यासारखे यापुढे खूप काही घडले असणार. पण ते न सांगण्यातच कवीचा संयम आणि सूचकता आपल्या प्रत्ययाला येते. त्या क्षणाची आपली मानसिक अवस्था सांगताना नायिका फक्त एक मनोहर चित्र आपल्यासमोर उभे करते. ते चित्र असे आहे : खोलीभर हलवा उधळला आहे आणि नायक— नायिका एकान्तात तिथे परस्परांसमोर उभी आहेत...

> तारांगणासम तुझी गमलीच खोली
> तीमाजि तू विलसलास हिमांशुमाली
> होती सुगंध उधळीतहि रातराणी
> भाळावरील नव्हती सुकली निशाणी!

विरहकाल संपला होता. मनामनांची ओळख पटली होती. उदासवाण्या वैधव्यसूचक भालप्रदेशावर शाईचा लाल टिळा लागला होता. शुभ्र हलव्यात रंग विलसत होते. प्रणयमीलनाची ती जुनी आठवण नायिकेच्या मनात जागी

होते आणि त्या स्मरणात रमताना स्त्रीसुलभ लज्जेने नेमक्या जागी थांबून ती पतीला
पुन्हा तोच प्रश्न विचारते :

संक्रान्तिचा दिवस आठवतो तुला का
त्वां जेधवा फुलविली मम भाग्यराका —

प्रणयरम्य, तरीही सूचक आणि संयमपूर्ण, तरीही सारे सांगून जाणारी
अशी ही यशवन्तांची सुंदर कविता. आजही तिचे माधुर्य रसिकांना जाणवल्यावाचून
राहत नाही. मुख्य म्हणजे, या कवितेत वैधव्यजन्य दुःखाचा, व्यथेचा यत्किंचितही
मागमूस कुठे आढळत नाही. ती केवळ एक रम्य, प्रसन्न अशी प्रेमकथाच आहे.
नायिका विधवा असणे या गोष्टीला इथे विशेष महत्त्व दिलेले नाही. ही गोष्ट
आवर्जून ध्यानी घेण्याजोगी आहे.

■

कोण जाणे ते कशाला...

कोण जाणे, ते कशाला, तोडताना केवडे
पर्वताच्या पायथ्याशी देह हा खाली पडे

आतला संकोचलेला जीव झाला मोकळा
अन् कुणाला पाहवेना भंगल्या देहाकडे

भोवती एकेक आले भिल्ल या रानातले
ओळखाया देह माझा अन् रचाया लाकडे

नायकाचा शब्द आला, 'हाच तो वेडा पहा
ओळखीच पूर्ण माझ्या खड्‌ग याचे वाकडे

एक बोले, 'मित्र माझा खूण मैत्रीची पहा
कस्तुरीचा गंध याला हे मृगाचे कातडे!'

खेळते होते जयाचे आर्जवी डोळे निळे
आज ते मंदावलेले लागले कोणाकडे?

कोणशी आली, म्हणाली, 'आणि, बाई, तोच हा
ते पहा, तेजाळ याच्या रत्नमालेचे खडे!'

केस माझे, वेष माझा आणि माझी कुंडले
हे कुणाला, ते कुणाला ओळखीचे सापडे

दूर थोडी विस्मृतीला सारूनी आता तरी
अंतरीची प्रीत माझी ओळखाया ये, गडे!

— श्रीनिवास कृष्ण पाटणकर

श्रीनिवास कृष्ण पाटणकर

श्रीनिवास कृष्ण पाटणकर नावाचा कोणी कवी मराठीत होऊन गेला, हे आजच्या तर सोडाच, पण गेल्या पिढीतल्या ज्येष्ठ कवींनासुद्धा ठाऊक असेल, की नाही, कोण जाणे!

पाटणकरांचे नाव कुणाच्या स्मरणात असू नये, हे तसे स्वाभाविकच आहे. मराठी कविमालिकेत गोवले जावे, इतके ठसठशीत काव्य त्यांच्या नावावर रुजू नाही. मूळचे सोलापूरचे पाटणकर शिक्षणासाठी पुण्यात आले. तिथल्या सर परशुरामभाऊ कॉलेजमध्ये ते दाखल झाले. हळूहळू त्यांचा मर्यादित, पण जिव्हाळ्याचा मित्रपरिवार त्यांच्याभोवती गोळा झाला. श्रीपाद महादेव माटे यांच्यासारखे गुणग्राहक आणि वत्सल गुरूही त्यांना सुदैवाने लाभले. देखणे रूप, आकर्षक व्यक्तिमत्त्व, वृत्तीतला गोडवा आणि जीवनाकडे उल्हसित व रसिक नजरेने बघण्याची वृत्ती यामुळे पाटणकर अल्पावधीतच अध्यापक आणि मित्रमंडळी यांच्यामध्ये सारखेच लोकप्रिय झाले. बी.ए.ची परीक्षा पार पडल्यानंतर काही महिने नूतन मराठी विद्यालयात त्यांनी शिक्षक म्हणून काम पत्करले.

या काळात माटे 'विज्ञानबोधा'चे संपादन करत होते. त्यावेळी आपल्या या आवडत्या शिष्याला त्यांनी त्या कामातही सामावून घेतले. पण याच सुमारास प्रेमभंगाच्या सूक्ष्म, पण दुर्धर आघाताने त्यांचे कोवळे हृदय दुखावले. मानसिक दु:खाने शरीरही घेरून टाकले आणि त्यानेच शेवटी त्यांचा बळी घेतला. हा अत्यंत सहृदय, गुणी आणि असामान्य तरुण वयाच्या अवघ्या एकविसाव्या वर्षी जग सोडून गेला!

पाटणकर कविता करत असत. पण त्यांच्या प्रसिद्धीआड त्यांचा विनीत, संकोची स्वभाव येई. पाटणकरांचे कवित्व त्यांच्या मित्रांच्या वर्तुळातच प्रसृत झाले होते. पाटणकर गेल्यावर त्यांच्या या प्रेमळ स्नेह्यांनी त्यांच्या कवितांचा छोटासा संग्रह '*प्राजक्ताची फुले*' या अतिशय सार्थ नावाने प्रकाशित केला. छत्तीस साली पाटणकरांचे निधन झाले आणि सदतीस साली संग्रह वाचकांसमोर आला.

पाटणकरांचे काव्य वरच्या दर्जाचे आहे. समकालीन रविकिरण मंडळाचा बराच प्रभाव त्यांच्यावर आहे आणि ते स्वाभाविकही आहे. पण प्रेमभावनेतील उत्कटता, रचनेतील साक्षेप आणि कल्पकतेचा रम्य विलास हे गुण मात्र कवीचे स्वत:चेच आहेत. *'प्राजक्ताची फुले'* तेव्हा ज्यांनी ज्यांनी वाचली, त्या साऱ्यांना या उमलत्या कवीच्या अकाली निधनाची हळहळ वाटल्यावाचून राहिली नाही! या कवीच्या कवितांत आज जवळजवळ साठ वर्षांनंतरही तेवढाच ताजेपणा, टवटवी असल्याचे प्रत्ययाला येते.

'प्राजक्ताची फुले' या संग्रहातील एक गझल इथे घेतलेला आहे. गझल हे वृत्त जरी संतपंडित काळापासून आपल्याकडे वापरले जात असले, तरी माधव ज्युलियन यांनी *'गज्जलांजली'* लिहून ती प्रकाशित केल्यानंतर गझलांची लोकप्रियता एकदम वाढली. नंतरच्या दोन पिढ्या तरी गझललेखन करत होत्या. मध्यंतरी काही काळ गझल थोडा मागे पडला होता. पण सुरेश भट यांनी उत्तम गझललेखन केलेच आणि शिवाय, इतकेच नव्हे तर, गझलवृत्तीचे मर्म त्यांनी कवींना व रसिकांना समजावून सांगितले. गझलची रचना कशी असते, कशी असावी, याचेही त्यांनी स्पष्टीकरण केले. त्यामुळे गझललेखनाची लाट पुन्हा जोराने उसळली आणि अनेक तरुण कवी जोमाने गझल लिहू लागले. अलीकडे हे प्रमाण काहीसे कमी झाले आहे. तरीदेखील कधीकधी अकस्मात एखादा उत्तम गझल वाचायला मिळतो.

पाटणकरांच्या गझलमध्ये एका मृत्यूचे चित्र रेखाटलेले आहे. पर्वतावरचे केवडे खुडताना एक काव्यात्म युवक खाली कोसळतो. आतला संकोचलेला जीव मोकळा होतो आणि 'भंगलेला देह' मागे राहतो. पण आतला मुक्त झालेला जीव साक्षिभावाने भोवतालचे सारे दृश्य, आपल्या मृत्यूच्या सर्व प्रतिक्रिया तटस्थपणे न्याहाळत असतो. 'तो' जातो आणि त्याला या ना त्या नात्याने ओळखणारे अनेक सखे-सवंगडी भोवती गोळा होतात. भिल्लांचा नायक त्याचे 'वाकडे खड्ग' ओळखतो. आणखी एका मित्राला कस्तूरीच्या सुवासाने घमघमणारे त्याला भेट दिलेले मृगाचे कातडे परिचयाचे वाटू लागते. एक कोणशी येते आणि म्हणते *'हेच ते तेजाळ याच्या रत्नमालेचे खडे!'* असे कुणी काही, कुणी काही त्याला ओळखीची खूण पटवते. पण संपूर्णपणे त्याला ओळखणारे, त्याचे हृद्गत जाणणारे त्यात कुणीच नसते. मृत्यूनंतर जगाशी संबंध सुटलेला, पण तरीही एका अगम्य भावनेने अद्याप तिथेच रेंगाळत असलेला त्याचा जीव सारी अतृप्त आशा एकवटून आर्त उद्गार काढतो :

केस माझे, वेष माझा आणि माझी कुंडले
हे कुणाला, ते कुणाला ओळखीचे सापडे
दूर थोडी विस्मृतीला सारुनी आता तरी
अंतरीची प्रीत माझी ओळखाया ये, गडे!

हा गझल मला एका प्रकारे प्रतीकात्मक वाटतो. माणूस जगात खरोखरच
कोण असतो? त्याला ओळखणारे असे आपण ज्यांना म्हणतो, ते तरी त्याला
कितपत ओळखतात? माणूस तुकड्या-तुकड्यांनी जगत असतो आणि इतरांच्या
स्मरणात तो जितका आणि ज्या प्रकारे उरतो आणि तेवढीच त्याची स्मृती मागे
उरते. मरणानंतर असतो, तो संपूर्ण अंत. संपूर्ण नगण्यता. मग त्याचे अस्तित्व
कुठेच राहत नाही का? राहते. आणि ते 'प्रीत ओळखणाऱ्या' एखाद्या हृदयातच
उरलेले असते.

इतक्या तरुण वयात पाटणकरांनी 'मरण' या विषयावर इतका सुंदर आणि
अर्थपूर्ण गझल लिहावा, याचे आश्चर्य वाटते आणि त्यांच्या अकाली व आकस्मिक
निधनानंतर त्यांच्या कवितेला भविष्यवाणीचे भयानक सामर्थ्य यावे, हेही तितकेच
विस्मयकारक होऊन बसते. कवी असाही द्रष्टा असतो, तर!

■

अजुनि चालतोचि वाट

अजुनि चालतोचि वाट! माळ हा सरेना
विश्रांतिस्थल केव्हा यायचे, कळेना!

त्राण न देहात लेश, पाय टाकवेना
गरगर शिर फिरत अजी होय पुरी दैना!

सुखकर संदेश अमित पोचविले कोणा,
भार वाहुनी परार्थ जाहलो दिवाणा!

काट्यांवर घातलाचि जीव तयांसाठी
हसवाया या केली किति आटाआटी!

हेच खास माझे घर म्हणुनि शीण केला
उमगुनि मग चूक किती अश्रुसेक झाला!

दिन गेले, मास तशी वत्सरेहि गेली
निकट, वाटते, जीवनसंध्या ही आली!

कुठुनि निघालो, कोठे जायचे? न ठावे
मार्गातच काय सकल आयु सरुनि जावे!

काय निरुद्देश सर्व जीवन मम होते
मरुसरितेपरि अवचित झरुनि जायचे ते?

पुरे पुरे ही असली मुशाफरी आता
या धूळित दगडावर टेकलाच माथा!

– एकनाथ पांडुरंग रेंदाळकर

एकनाथ पांडुरंग रेंदाळकर

एकनाथ पांडुरंग रेंदाळकर हे मराठी कविपरंपरेतले एक गुणशाली; परंतु संदिग्ध असे व्यक्तिमत्त्व आहे. केशवसुतांनी प्रवर्तित केलेल्या रोमँटिक नवकवितेच्या संप्रदायात रेंदाळकरांची गणना करावयास काही प्रत्यवाय नाही. तरीही केशवसुत, रे. टिळक, बालकवि, गोविंदाग्रज, इत्यादी कवींच्या बरोबरीने रेंदाळकरांचा उल्लेख त्यांच्या काळात केला गेला नाही किंवा नंतरही या कविनामाला फारसा गौरव प्राप्त झालेला दिसत नाही. रेंदाळकरांच्या विषयी गैरसमज, प्रतिकूल मते आणि त्यायोगे समकालीनांनी केलेली त्यांची अवहेलना यांचा मात्र भरपूर आढळ झालेला दिसतो.

या साऱ्यांना काही कारणेही आहेत. एकतर रेंदाळकरांच्या काव्यामध्ये खूप विषमता आहे. त्यांनी विपुल काव्यलेखन केले. त्यामध्ये गुणांच्या इतकेच, किंबहुना अधिक प्रमाणात दोष आढळतात. रेंदाळकरांपाशी उत्तम रचनाप्रभुत्व होते. त्यांचा व्यासंगही मोठा होता. प्राचीन मराठी कवितेच्या जोडीला संस्कृत, बंगाली, इंग्रजी भाषांतील काव्यही त्यांनी वाचलेले होते. वृत्तरचना व भाषा यावर प्रभुत्व असल्यामुळे कोणत्याही विषयावर रेंदाळकर झटकन कविता करीत. पण या रचनासौंदर्यामुळे कवितेच्या अंतरंगाकडे, तेथील गहन आशयाकडे रेंदाळकरांनी द्यावे तितके लक्ष पुरवले नसावे. परिणामी त्यांची कविता समकालीन प्रतिभावंतांच्या तुलनेने कमी कसाची अशी झाली आहे. याच्या जोडीला रेंदाळकरांना आपल्या आयुष्यात अनेक अपसमज, टीका, उपहास, निंदा यांनाही तोंड द्यावे लागले.

रेंदाळकरांनी निर्यमक कवितेचा हिरिरीने पुरस्कार केला. 'मनोरंजन' मासिकासाठी कवितांची निवड करण्याचे कामही त्यांनी काही दिवस केले. त्यात ज्यांच्या कविता त्यांनी परत केल्या, त्या कविजनांचा रोष त्यांनी ओढवून घेतला. या दोन कारणांनी तर समकालीन कवींनी त्यांच्याविरुद्ध काहूर उठवले. त्यात रेंदाळकरांच्या व्यक्तिगत जीवनातील काही अनाकलनीय घटनाही त्यांच्याबद्दलच्या

गैरसमजाला कारणीभूत झाल्या. रेंदाळकर प्रपंचात दु:खी होते. त्यांची पत्नी तिरसट, हेकेखोर, विक्षिप्त, काहीशी तऱ्हेवाईक होती. रेंदाळकरांचे संवेदनक्षम कविमन तिच्याशी समरस होऊ शकले नाही. त्यासंदर्भात एके ठिकाणी ते लिहितात :

मान्य न झाला गुलाब ज्याला
मालतीहि ज्या पसंत नव्हती
कोरांटीच्या फुलासंगती
कंठावे का जीवित त्याने?

ही व्यथा व्यक्त करणाऱ्या रेंदाळकरांनी आपल्या एका जिवलग मित्रावरील प्रेमाचे वर्णन करताना चुंबनालिंगनाचे उल्लेख केले आहेत. हे सारे त्यांच्या हितशत्रूंना अगम्य वाटले आणि त्यातूनही त्यांच्याविषयीचे गैरसमज फोफावत गेले. जीवनात अशी अनेकविध दु:खे भोगणारे रेंदाळकर वयाच्या अवघ्या तेहेतिसाव्या वर्षी दिवंगत झाले. एका कष्टमय आणि विफल जीवनाची परिसमाप्ती झाली.

रेंदाळकर काही वर्षे कोल्हापूरला नोकरी करत होते. तिथून रेंदाळ हे त्यांचे गाव दोन-अडीच मैलांवर होते. दिवसभर काम करून थकलेले रेंदाळकर संध्याकाळी कोल्हापूरहून रेंदाळला जात. वाटेत एक मोठा माळ त्यांना ओलांडावा लागे. अशाच एका संध्याकाळी त्या निर्मनुष्य, एकाकी माळावरून वाटचाल करताना रेंदाळकरांना प्रस्तुत कविता सुचली. उदास सांजवेळ, दूरपर्यंत पसरलेला माळ, क्षितिजावर झरझर उतरणारा सूर्य, दिशांतून दाटत आलेला काळोख आणि त्यातून मोठ्या कष्टाने पावले टाकत चाललेले श्रांत, खिन्न रेंदाळकर हे चित्र डोळ्यांपुढे आणावे. म्हणजे या कवितेत काठोकाठ भरलेल्या कारुण्याचा स्पर्श आपल्याही मनाला होईल. कवितेच्या पहिल्या दोन ओळीच रेंदाळकरांच्या उदास मन:स्थितीचा पुरेपूर प्रत्यय देतात. कवी म्हणतो :

अजुनि चालतोचि वाट, माळ हा सरेना
विश्रांतिस्थल केव्हा यायचे, कळेना!

ही माळावरची सांजवेळेची वाटचाल हे रेंदाळकरांच्या आयुष्याच्या वाटचालीचेच प्रतीक आहे. पुढच्या ओळींमधून कवितेत या प्रवासाच्या निरर्थकतेचे, हेतुशून्यतेचे आणि त्यामुळे येणाऱ्या वैफल्यभावनेचे रंग गडद होत जातात. या वाटचालीत शरीर थकले आहे, पाऊल पुढे टाकवत नाही, मस्तक भ्रमत आहे आणि तरीही

प्रवास चाललेलाच आहे.

त्राण न देहात लेश पाय टाकवेना
गरगर शिर फिरत अजी होय पुरी दैना

पुढच्या दोन ओळींत कवीने पोस्टमनच्या प्रतीकातून आपल्या परिश्रमांची निरर्थकता फार उत्कटतेने व्यक्त केली आहे :

सुखकर संदेश अमित पोचविले कोणा
भार वाहुनी परार्थ जाहलो दिवाणा!

पोस्टमन इतरांना पत्रे पोहोचती करतो. त्यांना अनेक सुखकर संदेश देतो. त्यांच्या पत्रांचे ओझे तो आपल्या पाठीवर वाहतो. पण त्यात त्याला स्वत:ला काय मिळते? हीच गत प्रपंचासाठी कष्ट भोगणाऱ्या गृहस्थाची होते. इतरांच्या सुखासाठी तो कष्टांच्या गोण्या वाहतो. पण त्याच्या या राबण्याची कुणी कदर करत नाही आणि आयुष्याची सायंकाळ जवळ आली, की आपले हे जीवनच विफल झाले, श्रेय असे आपल्या पदरात काही पडले नाही, या जाणिवेने तो हताश होतो. माणूस आपल्या प्रपंचासाठी, त्यातल्या नातेवाइकांसाठी किती राब राब राबत असतो. 'हे माझे घर, हे माझे कुटुंब, यांच्यासाठी मी कितीही कष्ट केले, तरी ते अपुरेच पडतील', या कर्तव्यभावनेने तो जन्मभर एक अदृश्य ओझे पाठीवर वाहत असतो :

काट्यांवर घातलाच जीव तयांसाठी
हसवाया त्या केली किति आटाआटी
हेच खास माझे घर, म्हणुन शीण केला
उमगुन मग चूक किती अश्रुसेक झाला!

या ओळींमध्ये प्रपंचरत माणूस आणि त्याच्या पदरात अंती पडणारे वैफल्य यांचे अतिशय परिणामकारक, हृदयद्रावक चित्र कवीने आपल्यासमोर उभे केले आहे. ही केवळ रेंदाळकरांचीच नव्हे, तर साऱ्या प्रापंचिकांची शोकांतिका आहे. माणसे जोडावीत, त्यांच्यासाठी आपला जीव काट्यांवर अंथरावा, त्यांना जरा हसवावे, सुखवावे, म्हणून आटापीट करावी, 'हे माझे घर... हे माझे घर' म्हणून एक भ्रामक समाधान मानावे आणि मग एके दिवशी 'जगात कुणी कुणाचे नसते' या विदारक सत्याची प्रचीती येऊन एकांतात अश्रू ढाळावेत— मोजक्या. पण अत्यंत उत्कट शब्दांत हे सार्वत्रिक दुःख रेंदाळकरांनी इथे प्रकट

केले आहे. या ओळी वाचताना तुकारामांच्या पुढील काव्यपंक्तींची जळजळीत आठवण मनात जागी झाल्यावाचून राहत नाही. 'आयुष्य वेचोनी कुटुंब पोशिले. काय हित केले सांग, बापा!'

एकीकडे असे राबणे आणि दुसरीकडे वाढत्या वयाबरोबर त्याचे व्यर्थत्व उमगणे असे होता होता दिवस, महिने, वर्ष ओसरत असतात. आयुष्याचीच सांजवेळ पुढ्यात येऊन ठाकते. आपण कुठून निघालो, कुठे आलो, अखेरचा मुक्काम कुठे आहे, काहीच उमगेनासे होते. आयुष्य या वाटचालीतच संपून जाणार की काय, असा प्रश्न पडतो. साऱ्या आयुष्याचे हेच अंतिम सार आहे, जीवन हेतुशून्य आहे, हीच एक गोष्ट खरी आहे, असे वाटू लागते. जीवनाची ही नदी शेवटी सार्थकाच्या सागराला मिळणार नाही, ती वाळवंटातच कुठेतरी लुप्त होणार आहे, हे वास्तव मनावर धगधगणाऱ्या अग्निरेषेप्रमाणे उमटते आणि शेवटी कवी म्हणतो :

पुरे पुरे ही असली मुशाफरी आता
या धूळित दगडावर टेकलाच माथा!

अशी ही कविता. एका विलक्षण वेळी, साक्षात्कार व्हावा, तशी रेंदाळकरांना ती सुचली. साध्या, पण थेट हृदयाच्या तळापासून उमटलेल्या शब्दांत ती त्यांनी प्रकट केली आणि आपली व्यथा मांडताना त्यांनी तिला एक सार्वत्रिक परिमाण दिले. त्यांचे हताश वैफल्य इतक्या हृदयस्पर्शी शब्दांत इथे उमटले, की ते साऱ्या प्रापंचिकांचे, किंबहुना साऱ्या मानवजातीचेच दुःख सांगून गेले! 'मराठीत इतकी करुण कविता दुसरी नाही!' हे एका समीक्षकाने तिच्याविषयी काढलेले उद्गार अगदी सार्थ आहेत आणि म्हणूनच ही कविता लिहिली गेली. त्याला इतकी वर्षे लोटली, तरी आजही तिचे ताजे टवटवीतपण यत्किंचितही कोमेजले नाही.

या कवितेबद्दल आणखी काही गमतीचा तपशील मध्यंतरी अगदी सहजगत्या मिळाला. बंगाली भाषेशी चांगला परिचय असलेल्या एका मैत्रिणीबरोबर या कवितेविषयी मी बोलत होते. कविता ऐकून ती एकदम म्हणाली,

'बंगालीत एक याच आशयाची कविता आहे. 'रानार' म्हणून! रानार म्हणजे रनर, म्हणजेच पोस्टमन! या कवींना — रेंदाळकरांना — बंगाली येत होतं का?'

मी आश्चर्याने थक्क झाले.

रेंदाळकरांना बंगाली भाषा उत्तम रीतीने अवगत होती. इतकेच नव्हे, तर

तोरूलता मुझुमदार, मधुसूदन मायकेल दत्त अशा काही बंगाली कवींच्या कवितांचे त्यांनी अनुवादही केले होते, असा तपशील त्यांच्या चरित्रविषयक माहितीतून मिळतो. तर मग रेंदाळकरांना ही कविता—विशेषत: तिच्यात आलेले पोस्टमनचे प्रतीक — बंगालीवरून तर सुचले नसेल? काही सांगता येत नाही. तथापि, बंगाली कवितेने त्यांना काही प्रेरणा जरी दिली असली, तरी ही कविता मात्र रेंदाळकरांची, त्यांच्या एकाकीपणाची आणि वैफल्याची आहे, यात शंका नाही.

■

भिंगरी

गरगरा फिरे भिंगरी
जशी गरगरा फिरे भिंगरी!

लइ गोड सखूचा गळा
मैनाच म्हणू का तिला?
अंगावर नवती कळा
उरावर उडवित आली सरी

सारखी करी 'हुरहुरा'
हाणते सखू पाखरा
सावरून पदरा जरा
मळाभर फिरते ही साजरी

ये पिसाट वारा पुरा
ही घाबरली सुंदरा
ये माघारी झरझरा
मिळाली संगत मोटेवरी

'ये हरिणीच्या पाडसा!'
मी सूर धरी जो असा
अन् साथ करी राजसा
सरकली जवळ जरा नाचरी

घेतला सखूचा मुका
हं... कुणास सांगू नका
हालली जराशी मका
उडाली वाऱ्यावर बावरी

गरगरा फिरे भिंगरी
जशी गरगरा फिरे भिंगरी!

— ना. घ. देशपांडे

ना. घ. देशपांडे

ना. घ. देशपांडे हे एक प्रतिभासंपन्न कवी म्हणून मराठी साहित्यविश्वात प्रसिद्ध आहेत. काव्यप्रेमी रसिक आणि चिकित्सक समीक्षक या उभयतांच्याही उत्कट प्रेमादराला पात्र झालेले हे व्यक्तिमत्त्व आहे.

ना. घ.च्या कवितेचा विचार करताना तिचे दोन विशेष अगदी ठळकपणे जाणवतात. एक म्हणजे, तिचा प्रदीर्घ प्रवास. रविकिरण मंडळाच्या काळात ना. घ. देशपांडे आपल्या कविता लिहू लागले. ते त्यांचे काव्यलेखन 'शीळ', 'अभिसार', 'खूणगाठी' अशा संग्रहांपासून तो अगदी अलीकडे प्रकाशित झालेल्या त्यांच्या 'गुंफण' या कवितासंग्रहापर्यंत अव्याहत चालू आहे आणि दुसरे म्हणजे वाढत्या वयाबरोबर, जीवनात आलेल्या सुखदु:खांच्या अनुभवांबरोबर या कवितेत काही बदल होत गेला, तरी तिचे कोवळे, तरल, अव्याजमनोहर रूप फारसे बदललेले नाही. तिची सहजसुंदर शब्दकळा, तिच्यात उमटत गेलेले निसर्गाचे ताजे टवटवीत रंग आणि तिच्यात वावरणारी, शैशव आणि यौवन यांच्या सीमेवर असलेली मुग्ध मधुर किशोरी हे सारे आजही त्यांच्या कवितेत प्रत्ययाला येते.

ना. घ. देशपांडे यांची कविता अशी आपल्या आत्मप्रत्ययाशी इमान राखून राहिली, त्याला काही कारणे आहेत. एक म्हणजे ना. घं.चे वास्तव्य पुण्यामुंबईसारख्या चैतन्यशील साहित्यकेंद्रांपासून दूर, विदर्भातल्या मेहेकर या तालुक्याच्या गावी आणि व्यवसाय वकिलीचा. इकडच्या वाङ्मयीन वातावरणापासून, केवळ भौगोलिक अंतरामुळेच नव्हे, तर स्वत:च्या काहीशा अलिप्त, आत्ममग्न आणि संकोची वृत्तीमुळेही हा कवी सतत अलिप्त राहिला. खरेतर, ना. घ. देशपांडे यांच्या काव्यलेखनाच्या प्रदीर्घ कालखंडात मराठी कवितेत किती परिवर्तने घडून आली. रविकिरण मंडळ- तांबे यांचा काळ गेला. अनिल, बोरकर, कान्त, कुसुमाग्रज यानंतरच्या ज्येष्ठ कवींनी आपली पृथगात्म, उत्फुल्ल कविता लिहून मराठी काव्याचा प्रांत समृद्ध केला. पुढे मर्ढेकरांचे नवकाव्य आले आणि अनेक विरोधांना तोंड देऊन ते मराठीत स्थिरता पावले. पाठोपाठ आलेली ग्रामीण

आणि दलित कविताही मराठीत रुजली. दरम्यानच्या काळात मराठी कवितेच्या आशयाबरोबर तिच्या शैलीतही पालट होत गेला. एकीकडे गूढ, आत्मपर, व्यामिश्र प्रतिमायोजनेमुळे अत्यंत दुर्बोध अशी कविता लिहिली जात आहे, तर दुसरीकडे ती प्रसादपूर्ण गेय रचनांचा अंगीकार करताना दिसत आहे.

पण या प्रदीर्घ काळात आणि मराठी काव्यक्षेत्रातील विविध परिवर्तनांत ना. घ. देशपांडे यांची कविता मात्र आपल्याच एका निश्चित वाटेने, नेमक्या दिशेने चालत राहिली आणि आपल्याच तालात गात राहिली. तिला कुणाचे अनुकरण करावेसे वाटले नाही किंवा आधुनिक ठरण्यासाठी कोणत्याही नव्या टुमींचा अवलंब करण्याचा मोह झाला नाही. ती लोकप्रियतेच्या आहारी गेली नाही किंवा समीक्षकांच्या दबकावणीने तिने भीक घातली नाही. ना. घ. देशपांडे यांनी आपल्या एका कवितेत म्हटले आहे :

हेच गा अन् तेच गा
का घालता ही बंधने?
मोहना माझी असावी
ना कुणाची अंकिता!

आपल्या कवितेला कुणाची 'अंकिता' न होऊ देण्याचे व्रत ना.घं.नी जन्मभर पाळले आहे. तिचा स्वभाव त्यांनी सतत जपला आहे. तिच्या आणखी एका वैशिष्ट्याचीही त्यांनी सातत्याने जपणूक केली. ती म्हणजे त्या कवितेला अंगभूत असणारी गेयता. ना. घ. देशपांडे यांच्या कवितेचा संपूर्ण प्रवास बघताना तिच्या अनेक गुणविशेषांबरोबर तिचा गीतगुणही ध्यानात घ्यावा लागतो. ना. घ. देशपांडे यांची कविता मराठी रसिकांना प्रथम भेटली, तीच मुळी ध्वनिमुद्रित गीताच्या रूपाने. त्यांचे निकटचे स्नेही आणि मराठीतल्या सुगम संगीताचे आद्य प्रणेते जी. एन. जोशी यांनी ना. घ. देशपांडे यांची 'शीळ' ही नितांतसुंदर कविता एकोणीसशे तेहतीस साली हिज मास्टर्स व्हॉइस कंपनीसाठी ध्वनिमुद्रित केली. याच सुमाराला कवी ग. ल. ठोकळ यांनी 'सुगी' हा मराठीतला ग्रामीण कवितांचा पहिला संग्रह प्रकाशित केला आणि त्यात त्यांनी ना. घ. देशपांडे यांच्या पाच सुंदर कविता समाविष्ट केल्या. 'सुगी' संग्रहही तेहतीस सालीच प्रकाशित झाला. हा एक गमतीचा योगायोग म्हटला पाहिजे. नंतर 'नदीकिनारी' ही ना. घं.ची कविताही जोशी यांनीच ध्वनिमुद्रित केली. इथून पुढे मराठी रसिकांचे लक्ष या दूरस्थ कवीकडे उत्कटपणे आकृष्ट झाले. वाटवे या प्रसिद्ध भावगीत गायकानेही ना. घं.च्या काही कवितांना अतिशय मधुर, अर्थपूर्ण चाली देऊन त्या भावगीत गायनाच्या द्वारा रसिकांपर्यंत पोहोचवल्या. त्या गीतांनी

मनात निर्माण केलेली अबोध हुरहुर आजही आठवते.

यानंतर जरा पुढच्या काळात पु. आ. चित्रे हे बडोद्याहून 'अभिरुचि' नावाचे एक नवे वाङ्मयीन मासिक चालवू लागले. 'अभिरुचि'मधून कवींचा एक नवा समर्थ वर्ग आपली अस्सल कविता लिहीत होता आणि त्यात अनिल, कुसुमाग्रज, शरच्चंद्र मुक्तिबोध, पु. शि. रेगे असे ज्येष्ठ कवी होते. ना. घ. देशपांडे यांनी 'अभिरुचि'तून अनेक सुंदर कविता त्या काळात लिहिल्या. *'काळ्या गढीच्या जुन्या ओसाड भिंतीकडे', 'म्हणत म्हणत मधुगीत', 'धनगरी गाणे'* अशा ना. घं.च्या कविता 'अभिरुचि'तून प्रथम वाचल्याचे आठवते. रसिक वाचक, कवी, समीक्षक अशा सर्वांनाच ना. घ. देशपांडे यांच्या या कविता अतिशय आवडल्या. पुढे श्री. पु. भागवत यांनी या कवितांचे 'शीळ', 'अभिसार', 'खूणगाठी' आणि अलीकडच्या काळात 'गुंफण' असे संग्रह अतिशय देखण्या स्वरूपात प्रकाशित केले. ना. घ. देशपांडे यांच्या आधीच्या कवितासंग्रहांना शासकीय पुरस्कार मिळाले आणि 'खूणगाठी'ला तर साहित्य अकादमीचे पारितोषिकही लाभले. नव्याजुन्या सर्व काव्यप्रेमी रसिकांना इतका दीर्घकाळ आणि इतक्या निरपवादपणे आवडत राहिलेला ना. घ. देशपांडे यांच्यासारखा दुसरा ज्येष्ठ कवी आज मराठीत दाखवून देणे अवघड आहे.

अगदी सुरुवातीपासूनच ना.घं.च्या कवितेचे काही ठळक विशेष प्रकट झालेले दिसतात. या कवितेला एक अस्सल ग्रामीण स्पर्श आहे. तिच्यात यौवनाच्या प्रारंभी फुलणारा कोवळा शृंगार आहे आणि तो निसर्गाच्या सहवासात, तिथले गहिरे रंग लेवून अधिक सुंदर झाला आहे. ही रंगजाणीव आणि तिने वातावरणात निर्माण केलेले चैतन्य हे ना. घ. देशपांडे यांच्या कवितांचे खास वैशिष्ट्य आहे. अगदी प्रारंभीच्या काळात लिहिल्या गेलेल्या त्यांच्या एका कवितेतल्या या ओळी :

हिरवा पिवळा फुटला होता
आंबावर मोहर
लिंबावरही होता फुलला
लवलवता फुलवर
झुळुक लागता लाजत होतं
भुरकट पिवळं वन
फुले तांबडी उधळत होती
पळसफुलांची बनं

किंवा 'नदीकिनारी' या त्यांच्या प्रसिद्ध कवितेतल्या पुढील ओळी :

जरा निळ्या अन् जरा काजळी
ढगात होती सांज पांगली
ढवळी ढवळी वर बगळ्यांची संथ भरारी, ग!

पहिल्या म्हणजे ना.घं.ची सूक्ष्म रंगदृष्टी त्यांच्या कवितांतील भावाशयाला किती खुलवते, हे सहज ध्यानात येईल. ना.घं.च्या अनेक कविता प्रणयभावनांचे चित्रण करणाऱ्या आहेत. पण हा प्रणय मुग्ध, लाजरा, नवतारुण्याच्या पहिल्या प्रहरात उद्‌भवणारा आणि बहुधा मानसिक पातळीवरचा असाच आहे. त्यात वासनांचे बेफाम वादळ, शारीर आसक्तीचा उन्माद क्वचितच आढळतो. या कवितांतली नायिका बुजरी, संकोची, प्रेमानुभवासाठी आतुर; पण मनातून बावरलेली अशी असते. क्वचित *'काळ्या गढीच्या जुन्या ओसाड भिंतीकडे'* रात्रीच्या काळोखात प्रियकराला भेटायला जाणाऱ्या धीट अभिसारिकेच्या रूपात ती दिसते, नाही असे नाही. पण मुग्ध निरागसता, निर्भरता हेच तिचे खरे वैशिष्ट्य आहे. कोवळ्या वयाला साजेसा अल्लडपणाही तिच्या अंगी आहे. त्यामुळे तिचे सौंदर्य मनाला मुग्ध करते. ना.घं.च्या कवितेचेही असेच वर्णन करता येईल. नितळ पारदर्शी शैली, एकीकडे लावणी, तर दुसरीकडे लोकगीते यांच्याशी नाते सांगणारी शब्दकळा आणि कवितेच्या आशयाशी एकरूप झालेली अंगभूत गेयता ही ना. घ. देशपांडे यांच्या कवितांची आणखी लक्षणीय वैशिष्ट्य आहेत.

'भिंगरी' ही 'सुगी' या प्रातिनिधिक संग्रहातून निवडलेली ना.घं.ची एक सुंदर कविता. 'सुगी' तेहतीस साली प्रसिद्ध झाला. म्हणजे 'भिंगरी' कविता त्याच्याही आधी लिहिलेली असणार. पण मध्यंतरी इतका काळ लोटून गेला, तरी या कवितेचा गोडवा अजूनही ताजा, टवटवीत राहिला आहे. 'भिंगरी'च्या अत्यंत समर्पक प्रतिमेतून कवीने एका अल्लड ग्रामीण किशोरीचे चित्र इथे रंगवले आहे. तिचे वर्णन तिच्या वल्लभाच्या तोंडूनच केलेले असल्यामुळे या कवितेला नाट्यगीताचे स्वरूप प्राप्त झाले आहे.

भिंगरीसारखी मळाभर फिरणारी, मैनेसारखे गोड गळ्यावर स्वत:शीच गीत गुणगुणणारी, अंगावरचा पदर जरा सावरणारी; पण नाचऱ्या गतीमुळे उरावर सरी उडवत राहणारी, 'हुर्र' करीत पाखरे हाकलणारी ही खेळकर लडिवाळ 'सखू' तिच्या जीवसख्याच्या मनाला जशी भुरळ घालते, तशी ती आपल्यालाही मोहून टाकते. कशी आहे ही सखू? तो म्हणतो :

लइ गोड सखूचा गळा

मैनाच म्हणू का तिला?
अंगावर नवती कळा
उरावर उडवित आली सरी

सारखी करी 'हुरहुरा'
हाणते सखू पाखरा
सावरून पदरा जरा
मळाभर फिरते ही साजरी!

अशी आपल्याच नादात, छंदात ही 'साजरी' पोर फिरत असताना एकदम 'पिसाट वारा' येतो. त्याबरोबर ती 'सुंदरा' घाबरते आणि झर्रकन मागे फिरते. तेव्हा मोटेच्या मोटकऱ्याची, आपल्या तरुण मित्राची तिला संगत मिळते. तो '*ये हरिणीच्या पाडसा*' असा सूर धरून मोटेचे बैल हाकत असतो, तेव्हा ही पोरही त्याला सहज साथ देऊ लागते आणि साथ देतादेता स्वत:च्याही नकळत त्याच्या 'जरा जवळ' सरकते. सारेच अभावितपणे घडलेले.

ये पिसाट वारा पुरा
ही घाबरली सुंदरा
ये माघारी झरझरा
मिळाली संगत मोटेवरी

'ये हरिणीच्या पाडसा!'
मी सूर धरी जो असा
अन् साथ करी राजसा
सरकली जवळ जरा नाचरी

आणि मग काय होते? तेही त्या तरुण मोटकऱ्याच्या तोंडूनच आपण ऐकायला हवे. तो म्हणतो :

घेतला सखूचा मुका
हं... कुणास सांगू नका
हालली जराशी मका
उडाली वाऱ्यावर बावरी!

गरगरा फिरे भिंगरी
जशी गरगरा फिरे भिंगरी!

शैशवाला तारुण्याचा नुकताच स्पर्श झालेला. त्या कोवळ्या वयाला साजेसा मुक्त निर्भरपणा, देहात, मनात एक चैतन्य सळसळत असलेले. अशा अवस्थेतली ही किशोरी मळ्यामध्ये आपल्या मनाच्या स्वैर, तरल अवस्थेत एखाद्या पाखरासारखी भिरभिरत असते. हरिणीच्या पाडसासारखी बागडत असते. पिसाट वारा तिला घाबरवून सोडतो, तेव्हा ती मोट हाकणाऱ्या आपल्या सवंगड्यापाशी येते. त्याच्या गाण्याला साथ करते आणि अशा वेळी दोघेही परस्परांच्या जवळ येतात. मग ते सहज स्वाभाविकपणे घडायचे, तेच घडते. तो आवेगाने तिचा मुका घेतो. पण त्यातही तिला काही वावगे वाटत नाही. त्या प्रेमोपायनाचा तिने जरा हसूनच स्वीकार केला असेल. वरचे मोकळे निळे आभाळ, भोवतालचा स्तब्ध मळा, मोटवणावर उभे असलेले बैल, वाऱ्यावर भिरभिरणारी पाखरे. निसर्गाचे एक सुंदर रूप. एक रमणीय चित्र. अशात या दोन तरुण जीवांच्या हातून सहज जो प्रणयाविष्कार घडतो, त्याने या निसर्गचित्राला जणू एक परिपूर्णता येते. मळ्यातली मका जरा हलते आणि ती बावरी किशोरी पुन्हा वाऱ्यावर उडून गेल्यासारखी तिथून दूर निघून जाते.

ही संपूर्ण कविता एक रमणीय निसर्गचित्र आहे. त्याचबरोबर ते एक गतिचित्रही आहे. कवितेतले किती शब्द गतिसूचक आहेत, ते बघण्यासारखे आहे. कवितेतली 'ती' म्हणजे आपल्याच नादात तन्मय होऊन 'गरगरा' फिरणारी एक भिंगरी आहे. ती उरावर सरी उडवत मळाभर फिरते आहे. पिसाट वारा तिला घाबरवून सोडतो, तेव्हा ती 'झरझरा' माघारी येते आणि तिचा सखा जेव्हा तिचा मुका घेतो, तेव्हा ती पुन्हा घाबरी होऊन 'वाऱ्यावर उडाल्यासारखी' भुर्कन दूर निघून जाते. या कवितेतल्या सखूचे वर्णन करताना तिच्या प्रियकराने तिला उद्देशून वापरलेली विशेषणेही किती सुंदर, समर्पक आहेत. तिच्या अंगावर 'नवती कळा' आहे. ती 'साजरी' आहे. 'सुंदरा' आहे. अंगावरचा पदर 'जरा सावरून' ती मळाभर स्वैर फिरत आहे. ती 'राजसा' आहे. ही सर्व विशेषणे तिचे कोवळे अनाघ्रात यौवन सुचवतात. तिचा सावरलेला पदर आणि उरावर उडवलेली सरी या दोन्ही तपशिलांतून तिचे वय किती नेमके सुचवले जाते. सावरलेल्या पदरातून तिच्या नुकत्याच फुलू लागलेल्या तारुण्याची चाहूल लागते, तर उरावर उडणारी तिची सरी तिच्यामध्ये अजून रेंगाळणाऱ्या तिच्या अवखळ निरागस बालवयाची साक्ष पटवते. या कवितेत जो शृंगार आहे, तोही अतिशय निष्पाप, निर्मळ, ज्याला वासनेचा स्पर्शही झालेला नाही, असा. जणू दोन शिशुवृत्तीच्या सवंगड्यांमधला एक सुंदर खेळ आहे. त्यात प्रणयापेक्षा जिव्हाळा आहे. आपुलकी आहे. थोडी थट्टेची भावनाही आहे. हा मोटेवरचा मोटकरी आपल्या बाळमैत्रिणीचा 'मुका' घेतो. 'चुंबन' नव्हे. त्या 'मुका' शब्दाने

या पहिल्यावहिल्या प्रेमाविष्कारातली सारी सौम्यसुंदर सहजता किती समर्पकपणे व्यक्त केली आहे! कवितेचे सारे सौंदर्य तिच्या या साधेपणात आहे. म्हणूनच कविता वाचून संपली, तरी ही भिंगरी नंतरही कितीतरी वेळ आपल्या मनात गरगरा फिरत राहते!

∎

एका रात्रीची गंमत

वनी गालिच्यावरी फुलांच्या बसला चंदनहिरा,
वनदेवांचा चिमणा राजा, बनाईचा नोवरा!
सन्निध त्याच्या बसली त्याची इवली ती नोवरी
इवली इवली पुष्पभूषणे घालुनि अंगावरी!

पुढे तयांच्या दूर्वाच्छादित हिरवे क्रीडांगण,
वनदेवी वनदेव नाचती धरुनि तिथे रंगण!
रात्र चांदणी, शुभ्र चांदणे, नाच रंगला वनी
बघती चंदनहिरा बनाई इवल्या निज लोचनी!

जलाशयाच्या तळी सदाचा निवास ज्यांचा खरा
नाच पहाया जळातुनी त्या वर आल्या आसरा!
रात्र चांदणी, शुभ्र चांदणे, नाच रंगला वनी
जलाशयातुन बघति आसरा नयने विस्तारुनी!

नाच पहाया अधीर झाल्या स्वर्गदेवता मनी
आल्या गगनी त्वरे रुपेरी अभ्रांवर बैसुनी!
वनदेवींचा वनदेवांचा नाच चालला वनी
वाकवाकुनी स्वर्गदेवता बघती गगनातुनी!

दाटी झाली गगनामध्ये, वाव न उरला मुळी
अभ्रांनी नभ भरले, पडल्या छाया भूमीतळी!
पळे चांदणे, नाच थांबला, चंद्र कोपला मनी
अभ्रांलागी देउ लागला हातांनी ढकलुनी!

हलता अभ्रे स्वर्गदेवता कोसळती खालती
'तुटले तारे!' वनदेवी, वनदेवहि उद्गारती!
पडतिल अंगावरी म्हणोनी होय पळापळ झणी,
कुठला राजा, कुठली राणी, कुणा पुसेना कुणी!

जवळ आसरा जळाशयाचा तळ करिती सत्वर
गाठिति चंदनहिरा बनाई वेगे गिरिगव्हर!

– कवी माधव

कवी माधव

कवी माधव या नावाने कवितालेखन करणारे माधव केशव काटदरे या कवीच्या आजच्या पिढीला फारसा परिचय नसला, तरी गेल्या पिढीतल्या रसिक वाचकांना, कवींना हे नाव चांगले परिचित आहे. माधव म्हटले, की त्यांची *हिरवे तळकोकण* ही नितांतरम्य कविता तात्काळ आठवते. त्याबरोबर *संत तुकाराम, मोऱ्यांची मोहना, गोकलखां, किल्ले विजयदुर्ग ऊर्फ घेरिया, तारापूरचा संग्राम* अशा त्यांच्या इतरही कितीतरी प्रसिद्ध कवितांच्या ओळी मनात रुंजी घालू लागतात. मराठीतल्या प्रथम श्रेणीच्या कवींत कदाचित माधव यांची गणना होणार नाही. पण मराठी काव्यपरंपरेतले हे एक संस्मरणीय आणि वैशिष्ट्यपूर्ण नाव आहे, यात काही शंका नाही.

तसे माधव हे रविकिरण मंडळातल्या कवींचे समकालीन कवी. मंडळाच्या ग.त्र्यं.माडखोलकर या सदस्याशी माधवांचा जवळिकीचा स्नेह होता. माधव ज्युलियन या श्रेष्ठ कवीचाही त्यांना संपर्क लाभला होता. तत्कालीन मान्यवर कवींची कविता त्यांनी हौसेने व साक्षेपाने वाचली होती. इतकेच नाही, तर कवितालेखनाच्या तंत्राचा म्हणजेच वृत्त, छंद, जाती इत्यादी रचनाबंधांचाही त्यांनी चांगला अभ्यास केला होता. तरीही माधवांची कविता वृत्तीने व आशयाने काहीशी पारंपरिक राहिली. तथापि, त्या कवितेचा स्वभावधर्म 'रोमँटिक' म्हणावा, असाच आहे. ते कोकणचे रहिवासी. तरुण वयात ते काही काळ मुंबईला राहिले आणि साहित्यातील तत्कालीन नव्या प्रवाहांचे त्यांनी बारकाईने अवलोकन केले. तरी त्यांच्या काव्याची पाळेमुळे कोकणच्या निसर्गरमणीय, रसरशीत आणि रंगरसमय अशा मातीतच खोलवर रुजली होती. '*हिरवे तळकोकण*' सारख्या कवितेत हा निसर्ग त्यांनी चित्रमय शैलीत रंगवला आहे. कोकणातील विविध दंतकथा, बोधकथा यांचे उल्लेख त्यांच्या कवितेत वारंवार येतात आणि अद्भुताचे विलक्षण आकर्षणही त्यांच्या कवितेतून प्रकट झालेले दिसते.

माधव यांच्या कुतूहलाचा आणि म्हणून कवितेचाही आणखी एक विषय

म्हणजे मराठ्यांचा प्रेरक आणि स्फूर्तिदायक इतिहास. या इतिहासाचा त्यांनी सूक्ष्म अभ्यास केला होता. त्यातले बारीकसारीक तपशील ज्ञात करून घेतले होते. इतकेच नव्हे, तर बखरी, पोवाडे, ऐतिहासिक पत्रव्यवहार यांच्या व्यासंगामुळे ऐतिहासिक अस्सल भाषेचे रंग त्यांच्या लेखनावर चढलेले होते. इतिहासातल्या घटनांबरोबर त्यांतल्या व्यक्तिरेखांचेही त्यांना आकर्षण वाटत असे. म्हणूनच बापू गोखले, पहिले बाजीराव पेशवे, मस्तानी, शाहू महाराज अशा ऐतिहासिक व्यक्ती जिवंतपणे त्यांच्या काव्यात वावरतात आणि आजही त्या आपणास प्रत्ययकारी वाटतात.

माधव कवी हे कोकणातले रहिवासी. शीर हे त्यांचे मूळ गाव असले, तरी त्यांच्या आयुष्याचा अखेरचा भाग कोकणातल्या चिपळूण या गावी गेला. तिथले दुसरे कवी आनंद म्हणजेच वि. ल. बर्वे यांच्या कवितांप्रमाणेच माधवांच्या कवितेतही कोकण आपल्या रम्य निसर्गासह प्रकटले आहे, असे दिसून येते. पण आनंद यांच्या कवितेपेक्षा माधव यांची कविता अधिक विविधतापूर्ण, भावसुंदर आणि कल्पनारम्य आहे. त्यांच्या ऐतिहासिक कविता तर आजही लक्षणीय वाटतात. विशेषत: मराठ्यांच्या दर्यावर्दी जीवनाची, त्यांच्या आरमाराची इतकी रेखीव आणि सुंदर चित्रे अन्य कोणत्याही मराठी कवीच्या काव्यात आढळून येत नाहीत, असे म्हणण्यास हरकत नाही. अशा या माधव कवींना आयुष्यही प्रदीर्घ म्हणावे, असे लाभले. अठराशे ब्याण्णव साली त्यांचा जन्म झाला आणि एकोणीसशे अठ्ठावन्न साली ते निधन पावले. एकोणीसशे ब्याण्णव साली चिपळूणला भरलेल्या पहिल्या कोकण मराठी साहित्य संमेलनाने माधवांचे जन्मशताब्दी वर्ष साजरे करून या कोकणवासी कवीचा उचित गौरव केला. ही मराठी काव्यप्रेमी रसिकांच्या दृष्टीने एक संस्मरणीय घटना आहे, यात शंका नाही.

माधव कवीच्या नावावर *‘कवी माधव याची कविता’* हा एकच काव्यसंग्रह रुजू आहे. त्यातूनच ‘एका रात्रीची गंमत’ ही त्यांची कविता इथे घेतली आहे. ही कविता एक सुंदर बालगीत आहे. तिचे ठळक वैशिष्ट्य म्हणजे तीत प्रकट झालेले अद्‌भुत वातावरण. या वातावरणाचे माधवांना विलक्षण आकर्षण होते. मराठीत अद्‌भुतरसाचे चित्रण करणाऱ्या अगदी मोजक्या कविता उपलब्ध आहेत. त्या दृष्टीने या कवितेचे वैशिष्ट्य आणि महत्त्व ध्यानी घेण्याजोगे आहे. इंग्रजी साहित्यात fairies म्हणजे पऱ्या वैपुल्याने येतात. या पऱ्यांच्या जोडीला इतरही प्राणी तिथे अवतरतात. त्यातले काही सुष्ट, तर काही दुष्ट असतात. या पऱ्या तृणांकुरात खेळतात. तिथे रंगण धरतात. निसर्गरम्य वातावरणात जादू भरतात. चेटूक, चकवा करतात. मराठीत पऱ्या नसतात. पण त्यांची जागा यक्ष, राक्षस,

गंधर्व, चेटकिणी यांनी घेतलेली दिसते. इंग्रजी साहित्यातील fairy king, fairy queen या संकल्पनाही मराठीत वनदेवांचा राजा, वनदेवाची राणी, वनदेव, वनदेवी असे पर्यायी शब्द घेऊन आलेल्या आहेत. माधव कवींच्या आधी बालकवींनी आपल्या 'फुलराणी' या सुंदर कवितेत पुढील ओळींमध्ये या संज्ञा वापरल्या आहेत.

या कुंजातुन त्या कुंजातुन! इवल्याशा या दिवट्या लावुन
मध्यरात्रीच्या निवांत समयी! खेळ खेळते वनदेवी ही ..

माधव कवींनी 'एका रात्रीची गंमत' या कवितेत वनदेवांचा राजा आणि त्याची राणी यांना अनुक्रमे चंदनहिरा व बनाई अशी नावे देऊन त्यांना व्यक्तिमत्त्व प्राप्त करून दिले आहे.

वनी गालिच्यावरी फुलांच्या बसला चंदनहिरा
वनदेवांचा चिमणा राजा बनाईचा नोवरा
सन्निध त्याच्या बसली त्याची इवली ती नोवरी
इवली इवली पुष्पभूषणे घालुनि अंगावरी

पुढे तयांच्या दूर्वाच्छादित हिरवे क्रीडांगण
वनदेवी वनदेव नाचती धरुनि तिथे रंगण
रात्र चांदणी, शुभ्र चांदणे नाच रंगला वनी
बघती चंदनहिरा बनाई इवल्या निज लोचनी!

माधव कवींनी केलेल्या या सर्व वर्णनात एक बालसुलभ निर्मळ निरागसता आणि गोडवा किती जिवंतपणे उतरला आहे, ते बघण्याजोगे आहे. फुलांचा गालिचा, त्यावर बसलेला वनदेवांचा चिमणा राजा आणि त्याच्या सन्निध बसलेली, अंगावर इवली इवली पुष्पभूषणे घालून नटलेली त्याची ती चिमणी नोवरी बनाई ही जोडी आपल्याला थेट पऱ्यांच्या अद्भुत राज्यात घेऊन जाते. इथे वास्तव जीवनातली कटुता, विषमता, कुरूपता यांचे नावही नाही. सारे कसे चिमणे, सुंदर, प्रसन्न. हे वर्णन वाचताना आपणही आपल्या भोवतालचे क्रूर, कठोर वास्तव क्षणार्धात विसरतो आणि चंदनहिरा बनाई यांच्याजवळ जाऊन पोहोचतो. हिरव्यागार तृणांकुरावर रंगलेल्या, चांदण्याने उजळलेल्या आणि विलक्षण सौंदर्याने आपल्या मनाला भुरळ घालणाऱ्या वनदेव– वनदेवीच्या नर्तनात दंग होतो. हाच नाच बघण्यासाठी जलाशयातल्या आसराही तिथे येतात आणि आपली 'नयने विस्तारून' त्या हा नवलाचा सोहळा बघत राहतात!

माधव कवींनी इथे केलेला आसरांचा उल्लेख हा ध्यानात घेण्याजोगा आहे. या उल्लेखाने पऱ्यांच्या, वनदेवतांच्या काहीशा परकीय वातावरणाला एक मराठी संदर्भ अचानक जोडून साऱ्या कवितेलाच भारतीय संस्कृतीचा स्पर्श दिला आहे. आसरा हा अप्सरा शब्दाचा अपभ्रंश आहे. अप्सरा म्हणजे पाण्यात राहणारी, पाण्यातून संचार करणारी देवता. 'अप् + सृ' म्हणजे पाण्यात फिरणारी. या अप्सरेचे मराठमोळे रूप आसरा झाले. आसरा जळात राहतात. त्या अतिशय सुंदर असतात. पाण्यात उतरलेला एखादा तरुण त्यांच्या मनात भरला, तर त्याला पाण्यात ओढून नेतात. त्याच्याशी रममाण होतात. त्याला तिथेच ठेवून घेतात आणि कधीकधी त्याला पाण्याबाहेर सुखरूप पोहोचवतातही. या आसरा सात असतात. साती आसरांचा उल्लेख आपल्या धार्मिक, सांस्कृतिक कर्मकांडाशीही निगडित आहे. हे सर्व इथे विस्तारपूर्वक सांगण्याचे कारण माधव कवींनी वनदेवांचा राजा चंदनहिरा आणि त्याची राणी बनाई, वनदेव आणि वनदेवी यांच्याशी आसरांचे नाते जोडून साऱ्या कवितेलाच एका मराठमोळ्या सांस्कृतिक वातावरणाची जोड दिली आहे.

आता चंदनहिरा, बनाई, आसरा साऱ्या आपल्याच वाटतात. वनदेव आणि वनदेवी यांचा शुभ्र चांदण्यात रंगलेला नाच बघण्यासाठी पाण्यातल्या आसरा वर आल्या, त्याप्रमाणे स्वर्गदेवताही तिथे अवतीर्ण झाल्या. आकाशात रुपेरी अभ्रांवर बसलेल्या स्वर्गदेवता वाकवाकून खाली पाहू लागल्या. आकाशात त्यांची इतकी दाटी झाली, की तिथे इतर कुणाला शिरकावच करून घेता येईना. आकाश मेघांनी भरून गेले. ढगांच्या सावल्या जमिनीवर पडल्या. चांदणे अदृश्य झाले. वातावरणातला हा बदल पाहून बावरलेल्या वनदेव-वनदेवींनी आपला नाच थांबवला आणि हे सारे आकाशात जमलेल्या स्वर्गदेवतांमुळे घडले, म्हणून रागावलेल्या चंद्राने जमलेली अभ्रे जमिनीवर ढकलून देण्यास सुरुवात केली. अभ्रे हलली. स्वर्गदेवता खाली कोसळल्या. वनदेव आणि वनदेवी यांना क्षणभर काय झाले, हेच कळेना! त्यांना वाटले, आकाशातले तारेच तुटले. या साऱ्या धांदलीचे वर्णन कवीने अत्यंत चित्रदर्शी शब्दांत केले आहे.

वनदेवींचा वनदेवांचा नाच चालला वनी
वाकवाकुनी स्वर्गदेवता बघती गगनातुनी!
दाटी झाली गगनामध्ये वाव न उरला मुळी
अभ्रांनी नभ भरले, पडल्या छाया भूमीतळी!
पळे चांदणे, नाच थांबला, चंद्र कोपला मनी

अभ्रांलागी देउ लागला हातांनी ढकलुनी!
हलता अभ्रे स्वर्गदेवता कोसळती खालती
'तुटले तारे!' वनदेवी, वनदेवहि उद्गारती!

—आणि मग काय? एकच गोंधळ उडाला. आता कसला नाच आणि
कसले काय? सगळीकडे पळापळ झाली. तारे तुटले. ते जर अंगावर पडले,
तर काय होणार? प्रत्येकाच्या मनात हीच भीती! मग कोण तिथे थांबणार?
कुठला राजा आणि कुठली राणी? कुणाला कुणी पुसेना!

आणि मग काय झाले?

जवळ आसरा जलाशयाचा तळ करिती सत्वर
गाठिति चंदनहिरा– बनाई वेगे गिरिगव्हर!

ही सबंध कविता सुंदर तर आहेच, पण ती अतिशय नाट्यपूर्णही आहे. ती
वाचताना एक चलच्चित्रपट आपण बघतो आहोत, असे वाटते. चंदनहिरा,
बनाई, तृणांकुरात नाचणारे वनदेव आणि वनदेवी, तो नाच बघण्यासाठी
पाण्यातून वर आलेल्या अप्सरा आणि आकाशात जमलेल्या, रुपेरी अभ्रावर
बसलेल्या स्वर्गदेवता, त्या गर्दीमुळे रागावलेला चंद्र, त्याने ढकलल्यामुळे
कोसळलेले ढग आणि 'तारे तुटले' अशा संभ्रमामुळे भयभीत होऊन पळत
सुटलेल्या वनदेव—वनदेवी सारे अत्यंत गतीने आपल्या डोळ्यांसमोर प्रत्यक्ष
घडते आहे, असे वाटते.

पुन्हा या कवितेचे एक वैशिष्ट्य असे आहे, की इथे एकही मनुष्यप्राणी
नाही. सारे वातावरण अद्भुत. त्यात वावरणारे प्राणीही अतिमानुष सृष्टीत
वावरणारे. त्यांचे खेळ अद्भुत. नृत्य अद्भुत. शेवटी धांदल अद्भुत आणि
जीव वाचवण्यासाठी त्यांनी केलेले पलायनही अद्भुत! असा हा सारा अद्भुताचाच
रमणीय व गोड गोंधळ! एका रात्रीची गंमत. ती गंमत बघताना वाचक सुखावतो
आणि मनाने तोही त्या अद्भुतरम्य वातावरणात विलीन होतो.

■

वाढत्या सांजवेळे

वाढत्या सांजवेळे नये, ग, पाण्या जाऊ
भरल्या कळशीला वेढिती शनी-राहू

ढळते कासवशी पायीची जड शिळा
बुजून पंचप्राण कंठात होती गोळा

पाण्याने भिजे कटी घामाने भिजे चोळी
भाळीचे भोळे कुंकू भिऊन आसू गाळी

पेरीत गंध वेडे चेटूक करी वारा
अंगात यक्ष कोणी छेडितो लक्ष तारा

पुरिले तुळशीत होते, ग, स्वप्न जागे
वैरीण पायवाट ओढिते पाय मागे

काळोखी चपापून काढिते फणा शंका
स्वप्नीचा राजपुत्र वारीत येतो पंखा

पाण्याने होते आग पंख्याने होते लाही
नाही, ग, कधी होत जीव हा उतराई

फुटतो, बाई, घडा संसारा जातो तडा
ओखटी वेळ मोठी छंद हा सोड वेडा

– बा. भ. बोरकर

बा. भ. बोरकर

बा.भ. बोरकर. आधुनिक मराठी कवितेच्या क्षेत्रात बोरकरांचे नाव फार मोठे आहे आणि त्यांचे काव्यकर्तृत्व असाधारण तोलामोलाचे आहे. बोरकर मूळचे गोमंतकातले. गोव्यातला रसरसलेला रंगगंधमय निसर्ग बोरकरांनी बालपणापासून जणू श्वासाबरोबर स्वतःच्या व्यक्तित्वात भिनवून घेतला. त्याचे टवटवीत चैतन्यमय अस्तित्व बोरकरांच्या अवघ्या काव्यविश्वाला जन्मभर व्यापून राहिले. त्याचा प्रत्यय त्यांच्या कवितेत सतत येतो.

बोरकरांच्या घरचे वातावरण धार्मिक होते. घरातली वडीलधारी माणसे संध्याकाळच्या वेळी अभंग म्हणत. त्यात ज्ञानदेव-तुकारामांपासून तो कृष्णंभट बांदकर, सोहिरोबानाथ अंबिये या गोमंतकातल्या संतकवींपर्यंत अनेकांच्या काव्यांचा अंतर्भाव झालेला असे. बोरकरही क्वचित स्वतःच अभंग रचून शेवटी 'बाकी म्हणे' अशी आपली नाममुद्रा लिहीत. संतकाव्याचे परिशीलन, पाठांतर बोरकरांकडून जसे सहजगत्या झाले, तसे त्यातील अध्यात्मविचारांचे खोल ठसेही त्यांच्या बाळमनावर आपोआप उमटत गेले. पुढे गोमंतकात शाळा-कॉलेजचे शिक्षण घेताना पोर्तुगीज आणि फ्रेंच या भाषांशी बोरकरांचा परिचय झाला आणि त्या भाषांतले शृंगारिक मादक प्रेमकाव्य त्यांनी समरसून वाचले. *जपानी रमलाची रात* या आपल्या सुंदर कवितेत 'अन् म्यूस्सेची कवने होती माझ्या हातात' या ओळींमध्ये त्यांनी 'म्यूस्से' या फ्रेंच कवींचा केलेला उल्लेख या दृष्टीने सूचक आहे.

या सर्व संस्कारांबरोबरच मराठीतले श्रेष्ठ आणि मान्यवर कवीही बोरकर प्रेमाने वाचत होते. त्यांचे परिशीलन करत होते. तेही त्यांची काव्यविषयक जाण समृद्ध करत होते. त्या काळी मराठीत केशवसुत आणि तांबे या दोन समर्थ कवींच्या काव्याचा मराठी कवितेवर, समकालीन तरुण कवींवर सारखाच प्रभाव पडत होता. किंबहुना त्या दोघांच्या दोन परंपराच रूढ झाल्या होत्या. त्यापैकी केशवसुतांच्या अज्ञेयवादी, आक्रमक आणि प्रामुख्याने गंभीर व चिंतनशील

अशा काव्यापेक्षा तांब्यांचे सौंदर्यवादी, गूढ अध्यात्मपर आणि प्रणयप्रधान भावसंपन्न काव्य बोरकरांना आपल्या वृत्तिविशेषांनी अधिक जवळचे वाटले. त्यातल्या गेयतेने ते भारावून गेले आणि 'तांबे घराण्याची गायकी पुढे चालवण्याच्या' निर्धाराने त्यांनी आपले काव्यलेखन सुरू केले. तांब्यांप्रमाणेच बोरकरांची कविताही मूलतः छंदोबद्ध, गेय, नादात रुणझुणणारी आणि एक अंगभूत नाचरी लय घेऊन येणारी अशी आहे. तांब्यांच्या कवितेतील आस्तिक्यभावना आणि स्थिरचरात ईश्वरी चैतन्य बघणारी वृत्ती यांनीही बोरकर प्रभावित झाले असावेत. प्रारंभीच्या तांब्यांच्या कवितेच्या परिणामातून बोरकरांची कविता लौकरच मुक्त झाली आणि आपल्या स्वतंत्र वैशिष्ट्याने ती तळपू लागली. याखेरीज ज्ञानदेव, तुकारामांपासून तो शरद्बाबूंपर्यंत आणि महात्मा गांधींपासून तो रवींद्रनाथ टागोरांपर्यंत अनेक विचारवंतांचे, प्रतिभावंतांचे परिशीलन बोरकरांनी केले.

पण हे सर्व संस्कार पचवूनही त्यांची कविता ही त्यांची आणि निखळ त्यांचीच राहिली आहे. तांबे परंपरेचा वारसा त्यांनी पुढे चालवला. त्याबरोबर मंगेश पाडगावकरांसारख्या पुढल्या पिढीच्या कवींवरही प्रारंभीच्या काळात त्यांनी काही प्रमाणात आपला ठसा उमटवला.

प्रतिभा, जीवनसंगीत, दूधसागर, आनंदभैरवी, चित्रवीणा, गितार असे अनेक गुणसंपन्न कवितासंग्रह बोरकरांच्या नावावर रुजू आहेत. त्यांची समग्र कविताही 'मौज' प्रकाशनाने एकत्रित स्वरूपात प्रकाशित केली आहे. महात्मा गांधीजींच्या जीवनावर *महात्मायन* नावाचे खंडकाव्य त्यांनी लिहायला घेतले होते. पण बोरकरांच्या निधनामुळे हा संकल्प शेवटी अपूर्ण राहिला.

बोरकरांनी काही कादंबऱ्या, ललितलेख लिहिले. काही चांगले अनुवादही केले. पण प्रामुख्याने ते कवी होते आणि कवीच राहिले. गोमंतकातील निसर्गाचे इंद्रियसंवेद्य तपशील त्यांच्या काव्यानुभवांत एकजीव झाले आहेत. निसर्गातील विविध प्रतिमांच्या द्वारा मानवी भावभावनांचा उत्कट प्रत्यय ते आपल्या कवितेतून देतात. शरीर वासना-विकारांबद्दलची निकोप आणि निःसंकोच स्वीकारशील वृत्ती त्यांच्या ठायी आहे. त्यामुळे त्यांच्या प्रेमकवितेत एक वेगळीच धुंदी आढळून येते. 'मासळीच्या स्वादा'पासून तो 'ज्ञानेशाच्या अमृत ओवी'पर्यंत जीवनात जे जे सुंदर, आस्वाद्य, रसपूर्ण वाटले, ते सारे बोरकरांनी आपल्या काव्यात रंगवले. खास गोमंतकीय निसर्गाचे चित्रण, क्वचित येणारे कोकणी शब्द, काही प्रादेशिक संकेत यामुळे बोरकरांची कविता अनोखी, आकर्षक, वैचित्र्यपूर्ण बनली आहे. तिला खास तिचा स्वतःचा रंग आहे. *जपानी रमलाची रात, सरिवर सरी, जीवन त्यांना कळले हो, फुलल्या लाख कळ्या* यासारख्या त्यांच्या अनेक कवितांची गोडी कायम अवीट राहिली आहे.

वाढत्या सांजवेळे ही कविता बोरकरांच्या *चित्रवीणा* या संग्रहातून घेतलेली आहे. आपल्याकडे 'पाणोठा' किंवा 'पाणवठा' या गोष्टीला, विशेषत: ग्रामीण जीवनात, एक वेगळे महत्त्व आहे. त्या स्थळाला काही संकेत, काही संदर्भ बिलगले आहेत. पाणवठा म्हणजे गावाबाहेर असलेली पाणी भरण्याची जागा. एखादी विहीर, तलाव किंवा नदीसुद्धा. तरुण न्हात्याधुत्या मुली, विवाहित संसारी बायका सकाळ-संध्याकाळ पाणी भरण्यासाठी पाणवठ्यावर जातात. तिथे प्रापंचिक सुख-दुःखाची देवघेव करतात. प्रणयाचे वैध वा अवैध संकेत, प्रियकरांची भेट घेण्यासाठी ठरवलेले स्थळ, असाही पाणवठ्याचा उपयोग केला जातो. हिंदी काव्यातही 'पनघट' शब्दाशी हेच संकेत निगडित आहेत. तांब्यांच्या कवितेत नदीतीरी संकेतस्थळ ठरवून, तिथे आपल्या प्रियकरांना भेटणाऱ्या प्रणयिनी आढळतात. बोरकरांच्या या कवितेतली तरुण मुग्ध विवाहित स्त्री 'वाढत्या सांजवेळी ' पाणी आणण्यासाठी पाणवठ्यावर निघाली आहे आणि अशा भलत्या वेळी भलत्या ठिकाणी एकांतात जाण्यामध्ये कोणते धोके संभवतात, याची कवी तिला जाणीव करून देत आहे. कवितेचा प्रारंभ असा आहे :

वाढत्या सांजवेळे नये, ग, पाण्या जाऊ
भरल्या कळशीला वेढिती शनी-राहू

'हे मुली, तू या अशा भलत्याच सांजेच्या वेळी एकटी पाण्याला जाऊ नकोस. कारण माथ्यावरच्या भरल्या कळशीला तिथे शनी-राहूसारख्या दुष्ट ग्रहांची बाधा होण्याचे भय असते. इथे माथ्यावरती भरलेली कळशी हे मोठ्या काळजीपूर्वक जपलेल्या भरल्या संसाराचे प्रतीक आहे. पण एखादी तरुण मुलगी पाणवठ्यावर गेली, तिथे तिला तिचा कुणी पूर्वपरिचित मित्र किंवा एखादा अनोळखी असा मुशाफिर जर भेटला, नको त्या ठिकाणी नको ते मोह मनात जागे झाले, तर काहीतरी भलतेच घडून जाते. 'भरल्या कळशी'ला शनी-राहूसारखे पापग्रह वेढून टाकतात आणि मग काय होते?

ढळते कासवशी पायीची जड शिळा
बुजून पंचप्राण कंठात होती गोळा
पाण्याने भिजे कटी घामाने भिजे चोळी
भाळीचे भोळे कुंकू भिऊन आसू गाळी

खरे तर, त्या विवाहितेला तिच्या प्रपंचाचा, घरगृहस्थीचा भक्कम आधार असतो आणि त्यामुळे आपल्या मनाला स्थैर्य आले आहे, अशी तिची समजूत

असते. पण तो आधार खरा नसतो. वाढती सांजवेळ, भोवती पूर्ण एकान्त, अशात देहमनाला आकर्षून घेणाऱ्या एखाद्या कुणाची तरी भेट—आणि पायांखालची भक्कम वाटणारी शिळा कासवासारखी अवचित ढळते. तिचा आधार सुटतो. तोल जातो. नीति-अनीतीचा सारासारविवेक क्षणात नष्ट होतो. एका अवैध सुखासाठी मन आतुर, उत्सुक होते. कमरेवर ओसंडणाऱ्या पाण्याने कटी भिजते. अंगात दाटून आलेल्या वासनांनी प्राण बुजून कंठात गोळा होतात. देह घामेजतो. चोळी भिजून जाते आणि कपाळावर उभ्या राहिलेल्या घामाच्या बिंदूंनी भाळीचे कुंकू भिजून त्याचे ओघळ खाली येतात. कुंकू हे सौभाग्याचे प्रतीक. हे सौभाग्यच आता धोक्यात आले आहे, की काय, अशा भीतीने कासावीस झालेले 'भोळे कुंकू' आसवे गाळू लागते!

हे सारे कसे घडते? विवाहितेचे मन तसे पापभीरू असते. काही वेडेवाकडे करावे, अशी तिला असोशी नसते. तसा विचारही तिच्या मनाला कधी शिवलेला नसतो. पण वाढता काळोख, निर्जन एकान्त आणि अशा वेळी एखाद्या जुन्या किंवा नव्या पुरुषाच्या रूपाने समोर ठाकलेले अनिवार आकर्षण— हा बलवत्तर मोह, शरीरभर उसळलेले वासनांचे वादळ आणि भोवतालची अनुकूल परिस्थिती— सारे कसे तिचा घात करण्यासाठी एकवटून तिच्याभोवती गोळा झालेले असते. निसर्गदेखील तिची सत्त्वपरीक्षा करण्यासाठी आपली आयुधे घेऊन सज्ज होतो. कवी म्हणतो :

पेरीत गंध वेडे चेटूक करी वारा
अंगात यक्ष कोणी छेडितो लक्ष तारा

पुरिले तुळशीत होते, ग, स्वप्न जागे
वैरीण पायवाट ओढिते पाय मागे

अगदी अनपेक्षितपणे मनातल्या गूढ दुर्दम्य वासनांना जाग येते. सांजवेळी वाहणारा वारा वेडे वेडे सुगंध भोवती पेरतो. सारा देहच एक संवेदनशील सतार होते आणि कुणी अनोखा यक्ष अंगात वासनाविकारांच्या लक्ष तारा छेडू लागतो. मन उन्मन होते. पुढ्यात ठाकलेल्या आकर्षणाला सर्वस्वाने सामोरे जावे, असे वाटू लागते. विवाहाच्या मंगल क्षणी मनातले सारे मोह, सारी स्वप्ने तुळशीत पुरून टाकलेली असतात. ती आता नेमकी जागी होतात. पायांखालची सुरक्षित, सुखरूप वाट आता वैरीण बनते आणि घराच्या निवाऱ्याकडे वळू लागलेला पाय ती मागे ओढते, या नव्या मोहाकडे शरीराला खेचून नेते. सारा अवकाश तिला जणू सांगत असतो, 'वेडे, भीती कसली बाळगतेस? असा क्षणी पुन्हा

येणार नाही. हो पुढे. आणि कर या अनाहूत सुखाचा निःसंकोच स्वीकार!'

अशा वेळी त्या तरुण मुलीच्या मनात केवढी घालमेल होत असेल? माणूस एखाद्या मोहाला सुखासुखी बळी पडत नाही. आपण करतो, हे बरोबर नाही, अशी शंका मनात नागासारखी फडा काढून उभी राहते. पण स्वप्नातला राजपुत्रही त्याच वेळी पंखा वारीत साद घालत असतो. एकीकडे आपल्या प्रपंचाची, पतीची मनाला असलेली ओढ आणि दुसरीकडे अगदी अचानक समोर आलेला हा स्वप्नीचा राजपुत्र- यावेळची त्या तरुण मुलीची शारीरिक आणि मानसिक अवस्था वर्णन करताना कवी म्हणतो :

पाण्याने होते आग पंख्याने होते लाही
नाही, ग, कधी होत जीव हा उतराई

अशा वेळी सारे सुखोपभोगही नकोसे वाटू लागतात. माथ्यावरच्या कळशीतून सांडलेले पाणी अंग भिजवते, पण शीतल करीत नाही. त्या पाण्याने अंगाची अधिकच आग होते. राजपुत्राने ढाळलेला पंख्याचा वारादेखील देहाला सुखवण्याऐवजी जिवाची लाही-लाही करतो. खरे तर, या नवजात प्रणयाने काही अनोख्या सुखाचे आश्वासन दिलेले असते, पण त्या प्रीतीला उतराई व्हावे, असा धीर वाटत नाही. एकीकडे पुढ्यातल्या मोहाची अनिवार ओढ आणि दुसरीकडे मनाला, देहाला मागे ओढणारे परंपरेचे, रूढ सांकेतिक नीतीचे भय — अशा द्विधा मनःस्थितीत ही तरुण विवाहिता सापडते. शेवटी कवी तिला इशारा देतो, असे मोह कितीही दुर्दम्य असले, तरी त्यांना बळी पडता कामा नये. हा वेडा छंद सोडण्यातच आपले हित आहे. नाही, तर काय होते?

फुटतो, बाई, घडा संसारा जातो तडा
ओखटी वेळ मोठी सोड हा छंद वेडा!

घडा फुटणे म्हणजे प्रपंच विस्कटणे. हातून एक लहानसा प्रमाद घडतो आणि माथ्यावर जबाबदारीने, आस्थेवाईकपणाने जपून तोललेली घागर क्षणार्धात फुटून जाते. केवळ त्या घागरीलाच नव्हे, तर उभ्या संसाराला तडा जातो. तो उद्ध्वस्त होतो. आयुष्याचा सत्यानाश होतो. अशी ही मोठी 'ओखटी' म्हणजे वाईट वेळ असते. तेव्हा हा वेडा छंद सोडून दे!

अशी ही बोरकरांची कविता. हे एक सुंदर शब्दचित्र आहे. एक नाट्यपूर्ण प्रसंग कवीने इथे आपल्यासमोर उभा केला आहे. तसे पाहिले, तर कवितेचा विषय नवा नाही. पाणवठ्यावर जाणाऱ्या आणि तिथे आधी संकेत ठरवून,

चोरून आपल्या प्रियकराला भेटणाऱ्या स्त्रियांची चित्रे अनेक पारंपरिक लोकगीतांत, लोककथांत रंगवलेली आढळतात. ग्रामीण भागात, तिथल्या विशिष्ट वातावरणात हा प्रकार तसा नवा नाही, की अपरिचितही नाही. संस्कृत कवींनी तर अशा संकेतस्थळी जाणाऱ्या, तिथे चोरून प्रणयसुखाचा आस्वाद घेणाऱ्या प्रणयिनींचे, त्यांच्या चौर्यरताचे वर्णन अनेक ठिकाणी केले आहे आणि त्यात घटकाभर लाभणारे शारीर सुख, उद्दाम वासनेच्या उपशमाने मिळणारी तृप्ती यावर अधिक भर दिला आहे. बोरकरांनी आपल्या कवितेसाठी तोच पारंपरिक विषय निवडला आहे. पण त्याला त्यांनी खास आपले असे एक वेगळे परिमाण दिले आहे. त्यामुळे कवितेला उत्कटता, सौंदर्य प्राप्त झाले आहे.

या कवितेतली सांजवेळी पाण्याला निघालेली तरुण स्त्री सुसंस्कृत, पापभीरू आहे. आपल्या संसारात संतुष्ट आहे. सरळ नीतिसंमत मार्गाने जाणारी आहे. परंतु अशाही स्त्रीच्या जीवनात एखाद्या वेळी एखादा आकर्षक, बलवत्तर असा मोह येणे असंभाव्य नाही. अशा वेळी तिच्या मनात बऱ्यावाईटाचा कोणता संघर्ष होऊ शकेल, कोणत्या शारीरिक आणि मानसिक वादळाला तिला तोंड द्यावे लागेल, याचे एक अतिशय परिणामकारक चित्र कवीने इथे रंगवले आहे. वाढत्या सांजवेळी तरुण मुलींनी पाणवठ्यावर जाऊ नये, तिथे भरल्या कळशीला शनी-राहूसारखे पापग्रह वेढून टाकतात, असा धोक्याचा इशारा कवी या कवितेत देतो. हा इशारा देताना बोरकरांनी त्या मुलीची पुढे काय अवस्था होईल, याचे अतिशय हृदयस्पर्शी वर्णन केले आहे. वाढती सांजेची वेळ. अंधारत चाललेल्या दिशा, भोवतीचा निर्मनुष्य एकान्त. अशा वेळी पूर्ववयातला कुणी ओळखीचा सहचर अकस्मात जर भेटला, तर? जुने आकर्षण जागे झाले, तर? बऱ्या-वाइटाचा सारा विवेक बाजूला ठेवून त्या सहचराच्या आवाहनाला साद द्यावीशी वाटली, तर? हे काहीही घडणे अशक्य नाही. कारण तरुण मन उत्कट, भावनाशील असते, तसेच, ते मोहप्रवणही असते. मग ही विवाहित कुलीन स्त्री त्या सनातन हाकेला प्रतिसाद दिल्याशिवाय राहील का?

अशा वेळी पायतळीची स्थिर शिळा अचानक हालचाल करू लागलेल्या कासवासारखी बेभरवशाची बनते. सर्वांगाला घाम फुटतो. चोळी घामाने भिजून जाते. कपाळावरचे घामाने ओलावून ओघळणारे कुंकू, आता सौभाग्य धोक्यात आले, म्हणून आसवे गाळू लागते. या निकराच्या क्षणी कुणीही त्या मुलीला आधार, धीर देत नाही. वारे वेड्या गंधांनी दरवळतात. पापशंकी मनात नागाची फडा उभारली जाते आणि स्वप्नात अनेकदा पाहिलेला राजपुत्र प्रीतीची साद घालत समोर साक्षात उभा राहतो!

हा घातुक मोह, ही माथ्यावरच्या घड्याला आणि उभ्या संसारालाच तडा

देणारी घटना. ती टाळायची असेल, तर हे प्रसंग उद्‌भवू नयेत, अशी प्रथमपासूनच खबरदारी घ्यायला हवी. माथ्यावरच्या भरलेल्या कळशीचा तोल आपणच सांभाळायला हवा. म्हणून कवी म्हणतो—

वाढत्या सांजवेळे नये, ग, पाण्या जाऊ
भरल्या कळशीला वेढिती शनी-राहू

फुटतो, बाई, घडा संसारा जातो तडा
ओखटी वेळी मोठी छंद हा सोड वेडा

या कवितेत बोरकरांनी वापरलेल्या प्रतिमाही लक्षणीय आहेत. त्या कवितेचा आशय अधिक गहिरा, अर्थपूर्ण करतात. भरल्या कळशीला वेढणारे शनी-राहूसारखे पापग्रह, कासवासारखी ऐन वेळी ढळणारी पायतळीची भक्कम शिळा, भिऊन आसू गाळणारे भोळे कुंकू, तुळशीच्या तळाशी पुरलेले कौमार्यातले आकर्षक स्वप्न, पंखा वारीत येणारा स्वप्नीचा राजपुत्र; या साऱ्या प्रतिमा विलक्षण समर्पक आहेत. तशीच कवितेतील नायिका. कंठात दाटून आलेले पंचप्राण, पाण्याने भिजलेली कंबर, घामाने ओलावलेली चोळी, तिच्या पायांत घोटाळणारी वैरीण पायवाट; या सर्व तपशिलांतून कवितेतील तरुण विवाहिता आपल्या डोळ्यांपुढे कवीने उभी केली आहे.

संभ्रमात सापडलेल्या या मुलीला कवीने वडीलधारेपणाने दिलेला सल्लाही फार अर्थपूर्ण आहे : 'ओखटी वेळ मोठी, सोड हा छंद वेडा!'

पुढे नेमके काय घडते, ते कवी आपल्याला सांगत नाही. ते गूढ, संदिग्धच राहते आणि तसे ते राहण्यानेच कवितेतले नाट्य अधिक उत्कट, प्रभावी बनते!

■

विसरशील खास मला

विसरशील खास मला दृष्टिआड होता
वचने ही गोड गोड देशि जरी आता!

दृष्टिआड झाल्यावर सृष्टिही निराळी
व्यवसायहि विविध, विविध विषय भोवताली
गुंतता तयात कुठे वचन आठवीता?
विसरशील खास मला दृष्टिआड होता!

स्वैर तू विहंग अंबरात विहरणारा
वशहि वशीकरण तुला सहज, जादुगारा
लाभशील माझा मज केवि जसा होता?
विसरशील खास मला दृष्टिआड होता!

स्वत्वाचे भान जिथे गुंतल्या नुरावे
झुरणारे हृदय इथे हे कुणी स्मरावे?
होइल उपहास खास आस धरू जाता
विसरशील खास मला दृष्टिआड होता!

अंतरिची आग तुला जाणवू कशाने?
बोलवे न वेदनाच वचन दुःख नेणे
यापरता दृष्टिआड होऊ नको, नाथा
विसरशील खास मला दृष्टिआड होता!

— जयकृष्ण केशव उपाध्ये

जयकृष्ण केशव उपाध्ये

विदर्भाने मराठी काव्यसृष्टीला अनेक उत्तमोत्तम कवी दिले आहेत. गुणवंत हनुमंत देशपांडे, ना. घ. देशपांडे, वा. ना. देशपांडे, आत्माराम रावजी देशपांडे म्हणजेच कवी अनिल यांच्यापासून तो थेट आजच्या सुरेश भट, मधुकर केचे, ग्रेस यासारख्या कवींपर्यंत ही परंपरा अखंड चालू आहे. यातल्या सर्व कवींचे काव्य मराठी रसिकांनी साक्षेपाने आणि उत्कट प्रेमाने वाचलेले आहे.

तथापि, विदर्भात काही कवी असेही होऊन गेले, की त्यांनी तोलामोलाचे काव्य लिहिलेले असूनसुद्धा, आज ते काहीसे विस्मृतीत गेले आहेत. आजच्या पिढीपर्यंत त्यांच्या कविता पोचलेल्या नाहीत. या क्षणी मला निदान दोन कवी असे आठवत आहेत. एक श्रीनिवास रामचंद्र बोबडे आणि दुसरे जयकृष्ण केशव उपाध्ये.

ज. के. उपाध्ये हे नागपूरचे. त्यांचा जन्म नागपूर इथे अठराशे ऐंशी साली झाला आणि त्यांचे बालपण तिथेच गेले. त्यांचा मृत्युशक उपलब्ध नाही. उपाध्ये यांच्या बाबतीतली एक उल्लेखनीय गोष्ट अशी, की ऐन तरुण वयात त्यांनी तीन वर्षांपर्यंत श्रीरामनामाचे पुरश्चरण केले होते. माडगूळकर यांच्या 'गीतरामायणा'सारखी, पण त्यांच्या कितीतरी पूर्वी त्यांनी 'गीतराघव' या नावाने रामचरित्रावर आधारलेली जी गीतमालिक रचली, तिची प्रेरणा या रामभक्तीतून त्यांना मिळाली असावी.

प्राचीन मराठी वाङ्मयाचे त्यांचे अध्ययन चांगले होते. त्यांच्या रचनेतील निर्दोष रेखीवपणा या अभ्यासाची साक्ष देतो. उपाध्ये यांच्या काव्यामध्ये राष्ट्रप्रेमाचा आविष्कारही उत्कटपणे झाला आहे. त्यांनी आपले *'श्रीलोकमान्यचरितामृत'* हे एकोणीसशे चोवीस साली लिहिलेले ओवीबद्ध काव्य, त्याप्रमाणे *'स्वतंत्र हिंदुस्तान'*, *'भारत भाग्योदय'*, *'तरुण भारता'*, *'हिंदु संघटन'* यासारख्या कवितांमधून त्यांच्या राष्ट्रभक्तीचा प्रत्यय येतो. या कवितांच्या जोडीने प्रेमभावनेचा सूक्ष्म

आणि तरल आविष्कार करणाऱ्या काही रसपूर्ण कविताही त्यांनी लिहिल्या आहेत. *'विसरशील खास मला'* ही इथे घेतलेली सुंदर कविता त्यातलीच एक आहे.

उपाध्ये यांच्या कवितेत आढळून येणारे आणखी एक ठळक वैशिष्ट्य म्हणजे त्यांच्या ठायी असलेली अभिजात विनोदबुद्धी. त्यातून त्यांच्या काही लक्षणीय विडंबनकवितांची निर्मिती झालेली आहे. *'चालचलाऊ भगवद्‍गीता'* हे त्यांनी भगवद्‍गीतेच्या पहिल्या अध्यायाचे केलेले विडंबन उत्कृष्ट आहे. आजही उपाध्ये या कविनामाचा उल्लेख झाला, तर जुन्या पिढीच्या रसिकांना त्यांचे हे विडंबन हटकून आठवते. कवितेत होणारा यतिभंग कशी रसहानी करतो, हे दाखवून देणारी त्यांची *'चहाटळपणा'* ही कविता त्यांच्या तरल कल्पकतेची साक्ष पटवते. *'या महाराष्ट्र देशात उपजलो मीच शाहीर'* किंवा *'कविते, करिन तुला मी ठार'* असा प्रारंभ असणाऱ्या त्यांच्या कविता म्हणजे कवितेच्या क्षेत्रात सामान्य कवींचे जे पेव नेहमीच फुटलेले असते, त्या संदर्भातली काव्ये आहेत. कवितेत माजलेल्या अनेक अपप्रवृत्तींवर त्यात मार्मिक भाष्य केलेले आढळते. उपाध्ये यांच्या या कविता आचार्य अत्रे यांच्या 'झेंडूच्या फुलां'मधील विडंबन-कवितांशी जवळचे नाते सांगणाऱ्या आहेत.

इतके सारे विविध प्रकारचे काव्यलेखन केलेले असूनही, उपाध्ये यांचा केवळ एकच कवितासंग्रह निघालेला असावा, ही गोष्ट काहीशी विस्मयकारक वाटते. *'पोपटपंची'* या कुतूहलजनक नावाने प्रकाशित झालेल्या प्रस्तुत संग्रहातही उपाध्ये यांच्या फक्त त्रेचाळीसच कविता असाव्यात, याचे तर अधिकच आश्चर्य वाटते. त्यातही एक नवलाची गोष्ट अशी, की उपाध्ये यांच्या सर्व कवितांचा संग्रहात अन्तर्भाव झालेलाच नाही. *'चालचलाऊ भगवद्‍गीता'* हे विडंबन *'पोपटपंची'*त नाही, *'विसरशील खास मला'*, ही जी सुंदर कविता इथे घेतलेली आहे, तीही *'पोपटपंची'*त आढळली नाही. याचा अर्थ असा, की उपाध्ये यांच्या इतर काही कविता समकालीन मासिके, नियतकालिके यात विखुरलेल्या असाव्यात. त्या एकत्रित करून *'पोपटपंची'*ची समग्र आवृत्ती कुणी काढली, तर कवी या नात्याने उपाध्ये यांची अधिक नेमकी ओळख पटेल आणि आजच्या पिढीलाही त्यांची कविता पुन्हा उपलब्ध होईल. पण तूर्त तरी हे अशक्य दिसते.

उपाध्ये यांच्या कवितांचा आणखी एक उल्लेखनीय गुणविशेष आहे. त्यांच्या अनेक कविता म्हणजे उत्कृष्ट भावगीते आहेत. याबाबतीत भा. रा. तांबे, रविकिरण मंडळातले कवी यांच्याशी त्यांचे साम्य आहे, असे म्हणता येईल. अतिशय आकर्षक ध्रुपद, तीन किंवा चार कडव्यांतून मध्यवर्ती कल्पनेचा केलेला विस्तार, अस्ताई, अंतऱ्याचे वेगळे राखलेले वजन यामुळे त्यांच्या या

गीतांना आपोआपच गेयतेचे परिमाण लाभलेले आहे. ही गेयता संगीतकारांनी अचूक हेरली आणि उपाध्ये यांच्या काही गीतांना त्यांनी रसपरिपोषक चाल लावून ती स्वरबद्ध केली. त्याबरोबर गुणी गायक– गायिकांनी ती गायिली. उपाध्ये यांची ही गीते ध्वनिमुद्रितही झाली आहेत. आजच्या अनेक तरुण कवींना आणि काव्यप्रेमी रसिकांना उपाध्ये या कवीची थोडीबहुत ओळख आहे, ती त्यांच्या या ध्वनिमुद्रित गीतांमुळेच. मुळात काव्यगुणांनी संपन्न असलेली ही गीते चांगली चाल व गाणारा गोड गळा यामुळे अधिकच रसाळ झाली आहेत.

'विसरशील खास मला' हे उत्तम चाल लावलेले आणि आशासारख्या प्रतिभावंत गायिकेने गायिलेले गीत रसिकमान्य झाले आहे. उपाध्ये यांचे *रामचंद्र मनमोहन नेत्र भरूनि पाहिन काय?* हे मूळच्या दीर्घ कवितेचा संक्षेप करून तयार केलेले भावगीतही ध्वनिमुद्रित झालेले आहे. *किति गोड, बाई! बाळ, जसे कमल उमलले* हे सुंदर गीत विख्यात नाटककार वसंत कानेटकर यांनी आपल्या नाटकात घेतलेले आहे. आणि रसिकांना जर आठवत असेल, तर फार वर्षांपूर्वी रामचरित्रावर आधारलेल्या 'रामराज्य' या चित्रपटासाठी राजा बढे यांनी गीते लिहिली होती, तेव्हा एका गीतात त्यांनी उपाध्ये यांच्या *सीते, सीते, विमलचरिते, प्रेमले, चारुशीले! का, गे! ऐसे कठिण मन तू कोमले, आज केले!* या ओळींचा जसाच्या तसा अन्तर्भाव केला होता! उपाध्ये यांच्या काव्याचे हे भावगीतात्म (Lyrical) वैशिष्ट्य मुद्दाम नमूद करावयास हवे.

विसरशील खास मला ही उपाध्ये यांची इथे घेतलेली कविता हे एक नाट्यगीत आहे. कुणीतरी एक 'तो' आणि कुणीतरी एक 'ती' यांच्या हृदयांचा एक सुंदर मेळ इथे जुळलेला आहे आणि आता 'तो' आपल्या वल्लभेला सोडून कुठे तरी दूर जायला निघालेला आहे. जातेवेळी तिचा निरोप घेताना त्याने 'मी तुला कधी विसरणार नाही' असे तोंड भरून आश्वासन दिले असेल. आपल्या एकनिष्ठ प्रीतीची साक्ष तिला पटवली असेल आणि परदेशी गेल्यानंतर तिथे कोणत्याही आणि कोणाच्याही मोहपाशात न गुंतता मी आहे तसाच निर्लेप परत येईन, असे तिला पुन्हा पुन्हा सांगितले असेल. पण त्याच्यापेक्षा 'ती' जास्त चतुर, संवेदनक्षम आणि स्त्रीजातीला निसर्गतःच लाभलेल्या एका गूढ शक्तीमुळे या विषयात अधिक जाणकारही आहे. *अतिस्नेह: पापशंकी* या न्यायानुसार आपल्या प्रियकराच्या 'गोड गोड' वचनांवर विश्वास ठेवणे तिला अवघड जात आहे.

मन समर्थ असेलही, पण शरीर दुबळे असते. प्रेमाचे अधिष्ठान असलेली व्यक्ती डोळ्यांना दुरावली, की मनातूनही हळू-हळू तिची मूर्ती अंधूक होत शेवटी अन्तर्धान पावते, हा निसर्गाचा नियम एका अभिजात शहाणपणाने तिला

आधीच ठाऊक झाला आहे. दृष्टिआड सृष्टी या मराठी म्हणीप्रमाणे किंवा Out of Sight, Out of Mind या इंग्रजी वचनानुसार आपल्या भेटीगाठी बंद पडल्या, की आज आपल्यावर उत्कट प्रेम करणारा प्रियकर उद्या आपल्याला विसरून जाईल, या आशंकेने तिचे मन बावरून गेले आहे. अस्वस्थ झाले आहे. तिचे सारे बावरलेपण, भय कवितेच्या पहिल्या दोन ओळींतच किती परिणामकारकपणे व्यक्त झाले आहे, हे बघण्यासारखे आहे. ती म्हणते;

विसरशील खास मला दृष्टिआड होता
वचने ही गोड गोड देशि जरी आता!

प्रेमाला विस्मरणाचा शाप असतो. त्यातून पुरुषप्रेम तर चंचल, भ्रमरवृत्तीचे असते. आपला प्रियकरही त्याला अपवाद नसणार, हे एका अन्तःप्रेरणेने जाणणारी ही प्रणयिनी त्याच्या गोड वचनांवर, मधुर आश्वासनांवर विश्वास ठेवू शकत नाही. एकदा माणूस नजरेआड झाले, सहवासाला दुरावले, की काय घडू शकते, हे ती पुढे सांगते. तिची ही व्यथा तिची एकटीची नाही. ती अवघ्या स्त्रीजातीचीच मनोवेदना आहे.

दृष्टिआड झाल्यावर सृष्टिही निराळी
व्यवसायहि विविध, विविध विषय भोवताली
गुंतता तयात कुठे वचन आठवीता?

ती प्रेयसी म्हणते, एकदा मी प्रियकराच्या दृष्टिआड झाले, म्हणजे त्याच्या मनातले माझे स्थानही हळूहळू नाहीसे होणारच. तो परदेशी गेला, म्हणजे त्याच्या भोवतालचे सारे जगच पालटेल. नाना व्यवसायांत तो गुंतून जाईल आणि त्याचे चित्त वेधून घेणारे असंख्य विषय त्याच्याभोवती जमतील. त्याचे पुरुषी मन एकदा या नवनव्या आकर्षणांनी विद्ध झाले, म्हणजे मला दिलेली चिरस्मरणाची वचने त्याला कुठून आठवणार?

पुढे ती म्हणते :

स्वैर तू विहंग अंबरात विहरणारा
वशहि वशीकरण तुला सहज जादुगारा
लाभशील माझा मज केवि जसा होता?

पुरुष हा जात्या बहुगामी असतो. प्रेम हे स्त्रीचे सर्वस्व असते. पण पुरुषाच्या दृष्टीने तो त्याच्या जीवनाचा केवळ एक भाग असतो. स्त्री ही भूमीला चिकटून

राहणारी, तिथे स्थैर्य शोधणारी आणि आपल्या प्रेमाचे सातत्य टिकवू बघणारी असते. तर पुरुष आकाशात भरारी मारणाऱ्या, दाही दिशांचा वेध घेऊ बघणाऱ्या पक्ष्यासारखा असतो. पक्ष्याप्रमाणेच कोणतेही बंधन, मग ते प्रेमाचे का असेना, त्याला अल्पावधीतच काचू लागते. पुन्हा आपला प्रियकर तर अत्यंत लाघवी, लडिवाळ आणि स्त्रीमनाला भुरळ घालणाऱ्या, त्याला वश करणाऱ्या अनंत कळा अंगी असणारा जादूगार आहे, याची तिला पूर्ण जाणीव आहे. कारण ही स्वतःही अशीच त्याला सहज वश झाली नव्हती का? मग परदेशी गेल्यानंतर त्याच्या या जादूला इतर स्त्रियाही बळी पडणार नाहीत कशावरून? ही सारी संभाव्य वस्तुस्थिती तिच्या डोळ्यांपुढे उभी राहते आणि मग ती व्याकूळ होऊन म्हणते, 'हे सारे ध्यानी घेतले, म्हणजे वाटू लागते, आज तू जसा आहेस, तसा माझा, अगदी पूर्ण माझा, तू मला पुन्हा कसा लाभशील?

पण प्रणयिनीला केवळ पुरुषाच्या चंचलपणाचेच भान आहे, असे नाही, तर एकूण मानवी मनाच्या दुर्बलतेचीही तिला चांगली जाणीव आहे. इंग्रजीमध्ये एक सुंदर वचन आहे. Nature abhors vacuum, निसर्गाला पोकळी मंजूर नाही. वास्तव, भौतिक सृष्टीतली कोणतीही पोकळी निसर्ग जसा लगेच भरून काढतो, त्याप्रमाणेच रिते मनही तो पुन्हा परिपूर्ण करतो. मानवी मन हे दुबळे आहे. एकनिष्ठेची वचने आज देणारे हृदय अल्पावधीत ती वचने विसरून दुसऱ्या आकर्षणकक्षेत सहज बद्ध होऊ शकतो. आज एका स्त्रीवर जिवापाड प्रेम करणारा पुरुष कालांतराने दुसऱ्या स्त्रीवरही तितक्याच उत्कटतेने आपल्या प्रणयभावनेचा वर्षाव करू शकतो. (हीच वस्तुस्थिती स्त्रीच्याही बाबतीत संभवनीय आहे.) यात काहीही अनैसर्गिक नाही. किंवा इथे विश्वासघाताचाही प्रश्न येत नाही. काळाचा रेटा जबरदस्त असतो. म्हणूनच आज वियोग, दुःखाखाली पार चिरडून गेलेली हृदयेही पुन्हा अंकुरित, पल्लवित होतात! म्हणून या कवितेतली प्रणयिनी आपल्या प्रियकराला दोष देऊ शकत नाही.

उलट ती म्हणते :

स्वत्वाचे भान जिथे गुंतल्या नुरावे
झुरणारे हृदय इथे हे कुणी स्मरावे?
होइल उपहास खास आस धरू जाता!

उद्या आपला प्रियकर एखाद्या नव्या मोहात गुंतला, तर आपले स्वत्वदेखील तो विसरून जाईल आणि जिथे स्वतःचाही विसर पडू शकतो, तिथे मागे राहिलेले माझे आशाळभूत, व्यथित, विरहाने झुरणारे हृदय त्याने कसे स्मरणात ठेवावे? ते तो विसरून गेला, तर स्वाभाविकच नाही का? उलट, इथे मी त्याच्या

प्रेमावर विश्वास ठेवून, त्याची आशा मनात बाळगून बसले, तर माझ्या त्या वेडेपणाबद्दल माझ्या वाट्याला जगाचा उपहास, कुचेष्टाच येण्याचा संभव! लोक मला खचित हसणार! मीच मूर्ख ठरणार!

शेवटी ती व्याकूळ प्रणयिनी एका अतिरेकी आवेगाने आपल्या प्रियकराला म्हणते :

अंतरिची आग तुला जाणवू कशाने?
बोलवे न वेदनाच वचन दुःख नेणे
या परता दृष्टिआड होऊ नको, नाथा!

माझ्या हृदयात संशयाची, भयाची, विरहाच्या दुःखाची जी आग भडकली आहे, तिची जाणीव तुला कशी देऊ? माझी ही वेदना मूक आहे. माझे दुःख शब्दांना न कळणारे आहे. या साऱ्या दुःखशोकाचा भोग मला देऊन तुला माझ्यापासून दूर जायलाच हवे का? त्यापेक्षा नाथा, प्रियतमा, तू माझ्या दृष्टिआड झालाच नाहीस, तर चालणार नाही का? नको, तू मला सोडून दूर जाऊच नकोस!

ज. क. उपाध्ये यांनी आपल्या या कवितेत प्रेमासारख्या चिरपरिचित भावनेचा एक अगदी वेगळा पैलू फार परिणामकारक दृष्टीने दाखवून दिलेला आहे. प्रेम कितीही उत्कट असले, तरी त्याला विस्मरणाचा शाप असतो. ही कविता, विशेषत: तिची पहिली ओळ, वाचताना महाकवी कालिदासाच्या 'शाकुन्तल' नाटकाचे स्मरण झाल्यावाचून राहात नाही. दुष्यन्त शकुन्तलेच्या दृष्टिआड गेला आणि तो तिला विसरला. त्याचे हे विसरणे स्वाभाविक वाटावे, म्हणून कालिदासाने आपल्या प्रतिभेने दुर्वासाच्या शापाची नाटकात योजना केली. पण मूळ महाभारतातील दुष्यन्त अगदी वेगळा आहे. त्याला शकुन्तलेशी जडलेला आपला प्रेमसंबंध, आपण तिच्याशी केलेला गांधर्व विवाह स्पष्ट आठवत आहे. तरीही केवळ लोकनिंन्देच्या भयाने तो शकुन्तलेची ओळख नाकारतो. तिला राजसभेतून परत पाठवण्यास सिद्ध होतो. कालिदासाला दुष्यन्ताचे हे निर्घृण वर्तन सहन झाले नाही आणि त्याने दुष्यन्ताचे विस्मरण स्वाभाविक वाटावे, म्हणून दुर्वासाच्या शापाची नाटकात योजना केली. यात कालिदासाच्या सहृदयतेची, संवेदनशील कविमनाची साक्ष पटते. पण त्याबरोबर हा शाप प्रतीकात्मकही वाटतो.

'दृष्टिआड झाल्यावर सृष्टिही निराळी' हे प्रेमाच्या व्यवहारातले एक कठोर वास्तव आहे. जन्मजन्मान्तरीचे नाते जिथे जोडलेले असते, त्या नात्याचाच कालांतराने विसर पडावा, ही प्रेमाच्या सृष्टीतली एक विपरीत, पण कठोर वस्तुस्थिती

आहे. जयकृष्ण केशव उपाध्ये या कवीचे मोठेपण हे, की त्याने ही विपरीत वस्तुस्थिती जाणली आणि एका सुंदर कवितेच्या द्वारा ती आपल्या निदर्शनाला आणली!

प्रेम अमर असते, चिरंतन असते, हे जितके खरे; तितकेच ते भंगुर, विस्मरणशील असते, हेही खरे.

■

मी घरात आले

उंबऱ्यावरचं माप सांडून
मी आत, घरात आले,
दोन डोळ्यांतली ज्योत झाले,
माझे डोळे खाली वळले.

भुई म्हणाली, 'तू माझी!
काढ केर, स्वच्छ कर.'
मी म्हटलं, 'खरंच, ग, आई'
केरसुणी झाले, रांगोळी झाले.

चूल म्हणाली, 'तू माझी.'
मी तिची लाकडं झाले.
जातं म्हणालं, 'तू माझी.'
गहू झाले, ज्वारी झाले.
उखळीतलं भात झाले;
ताकातली रवी होऊन
मथणीत नाचत राहिले.

भिंत होऊन, छप्पर होऊन,
गुपितं राखली, छिद्रं झाकली;
पणती, वात, तेल, होऊन
कोनेकोपरे उजळून टाकले.

सून झाले, बायको झाले,
आई झाले, सासू झाले,
माझी मला हरवून बसले.

आता सोंगं पुरे झाली;
सारी ओझी जड झाली.
उतरून ठेवून आता तरी
माझी मला शोधू दे;
तुकडे तुकडे जमवू दे.
विशाल काही पुजू दे.
मोकळा श्वास घेऊ दे.
श्वास दिला, त्याचा ध्यास
घेत घेत जाऊ दे!

— पद्मा

पद्मा

इंदिरा आणि संजीवनी यांच्याप्रमाणे पद्मा याही आजच्या काळातल्या सर्वांत ज्येष्ठ कवयित्री आहेत. पण ही ज्येष्ठता केवळ वयाने त्यांना बहाल केली आहे, असे नाही. साठीपेक्षा अधिक वर्षे पद्मा या सातत्याने कविता लिहीत आहेत. हे सातत्य इंदिरा संत आणि संजीवनी मराठे यांच्या कवितालेखनातही आहे. या दृष्टीने या तिघींत साम्य आहे. हे साधर्म्य आणखीही काही गोष्टींत जाणवते. सुशिक्षित, सुसंस्कृत आणि काव्य विषयीच्या आधुनिक जाणिवांनी संपन्न असे लेखन करणाऱ्या कवयित्रींची पहिली पिढी या तीन कवयित्रींच्या रूपाने मराठी काव्यात प्रकट झाली. काव्यविषयक जुने संकेत, परंपरा यांचा आढळ त्यांच्या काव्यात होतो; पण त्याबरोबर समकालीन तांबे – रविकिरण मंडळापासून तो थेट आजच्या काळापर्यंत मराठी काव्याने जी जी वळणे घेतली, ती सारी त्यांनी आत्मीयतेने, डोळसपणे आणि संवेदनशील सूक्ष्म रसिकतेने निरखली. आधुनिक मराठी कवितेत होत गेलेले बदल, नवी शैली, नवी प्रतिमासृष्टी यांचाही त्यांनी अंगीकार केला. मर्ढेकरांची क्रांतिकारक कविता जशी त्यांनी अवलोकन केली, त्याप्रमाणे आजच्या नव्या स्त्रीमुक्तिवादी कवितेकडेही त्यांनी स्वीकारशील वृत्तीने पाहिले. त्यामुळे जुने आणि नवे या दोहोंच्या सीमारेषेवर त्या तिघींची कविता उभी असल्याचे जाणवते.

जुने पारंपरिक स्त्रीजीवन, प्रपंच, मुलेबाळे – हे सर्व त्यांच्या वाट्याला आले आणि त्यातले अनुभव त्यांनी उत्कटपणे आपल्या कवितेत नोंदले. पण त्याबरोबर आधुनिक काळात बाहेरच्या जगात जे जे काही स्त्री अनुभवते आहे आणि यामुळे ती जी अंतर्मुख होते आहे, याचाही आढळ त्यांच्या काव्यात झाल्यावाचून राहिलेला नाही. मुख्य म्हणजे, कवितेचे सर्व जुने-नवे संस्कार स्वत:मध्ये मुरवूनही या तीन ज्येष्ठ कवयित्रींनी आपल्या स्वत:च्या प्रकृतीशी, भावविश्वाशी इमान राखले आणि कसल्याही बाह्य प्रलोभनाला, खोट्या नावीन्याला किंवा प्रसिद्धीसाठी अवलंबिल्या जाणाऱ्या युक्त्यांना बळी न पडता अत्यंत प्रांजळपणे, निष्ठेने काव्यलेखन केले.

पद्मा पटवर्धन या मूळच्या तासगावच्या पटवर्धन घराण्यातल्या. तिथल्या

खानदानी वातावरणात, आपल्या भल्याथोरल्या ऐश्वर्यसंपन्न वाड्यात त्यांचे बालपण गेले. याच काळात कवितेची आवड त्यांच्या मनात रुजली. त्या वेळी कवितेशी त्यांचा जो स्नेह जडला, तो पुढे आयुष्यभर टिकला. नंतर पुण्याच्या एस. एन. डी. टी. महाविद्यालयात त्यांचे उच्च शिक्षण झाले. संजीवनी आणि पद्मा यांची तिथेच मैत्री जमली. समानशील वृत्तीच्या या दोन काव्यवेड्या मुलींचे तिथे जे भावबंध जुळले, तेही असेच सतत वाढत, विकसित होत गेले.

विवाहानंतर पद्मा पटवर्धन या पद्मा गोळे झाल्या. त्यांची कविता त्यांच्या जीवनाबरोबर वाढत, प्रगल्भ होत गेली. रविकिरण मंडळ आणि तांबे यांच्या कवितेचे संस्कार पूर्ववयात पद्मावर झाले. पण नंतरची मराठी कविताही त्यांनी बारकाईने वाचली. संजीवनीसारखी कविमनाची मैत्रीण, अनुरूप सहचर, मनातल्या कवितेला सतत खतपाणी मिळावे असे भोवतालचे वाङ्मयीन वातावरण यामुळे पद्मा यांची कविता अधिक खोल, अंतर्मुख झाली.

प्रीतिपथावर हा पद्माचा पहिलावहिला कवितासंग्रह नवशिकेपणाच्या खुणा दाखवतो. पण त्यानंतर *नीहार, आकाशवेडी, श्रावणमेघ* इत्यादी काव्यसंग्रहांतून पद्मा यांच्या कवितेचा वाढता प्रवास आपल्याला जाणवतो. सौम्य, संयत, विचारगंभीर, भावनोत्कट असे पद्माच्या काव्याचे स्वरूप आहे. स्त्रीमनाचे अनेक पैलू त्यातून प्रकट झालेले दिसतात. पण त्याबरोबरच एक माणूस या नात्याने आपले स्वत्व जपण्याची आणि नवनव्या अनुभवांना सामोरे जाण्याची उत्सुकताही त्यातून प्रकट होते. प्रीती हा पद्मा यांच्या कवितांचा स्थायिभाव आहे. त्याचबरोबर निसर्ग, प्रापंचिक सुखदु:खे, वाढत्या वयाबरोबर जाणवणारी जीवनाची व्यामिश्रता, स्त्रीमुक्तीचे नवे विचार यांचाही आढळ त्यांच्या काव्यात येतो.

मी घरात आले ही पद्मा यांची कविता त्यांच्या *श्रावणमेघ* या अगदी अलीकडच्या कवितासंग्रहातून घेतली आहे. विवाह ही स्त्रीच्या जीवनातली अत्यंत क्रांतिकारक अशी घटना असते. त्यानंतर तिचे आयुष्य कसे असावे, तिच्या वाट्याला कोणकोणती कर्तव्ये यावीत आणि त्यांना तिने कसे सामोरे जावे, याबद्दल आपल्याकडे ठाम, निश्चित असे संकेत आहेत. ते स्त्रीच्या जीवनात मूलगामी बदल घडवणारे आहेत. उंबरठ्यावरचे धान्यमाप ओलांडून वधू जेव्हा पतिगृहात प्रवेश करते, त्यावेळी तिचा जणू पुनर्जन्मच होतो. पतीची ती पत्नी होते; पण त्याबरोबरच घरातल्या यच्चयावत सजीवनिर्जीव वस्तूंशी तिचे वेगवेगळ्या प्रकारांनी नाते जडते आणि त्या अनुषंगाने तिच्या विविध भूमिका आणि त्यांच्यासह येणारी कर्तव्ये सुरू होतात.

पद्मा यांनी ही कविता आत्मनिष्ठ भूमिकेतून लिहिली आहे. पण त्यांचे हे मनोगत वर्षानुवर्ष परंपरेने चालत आलेले साऱ्याच गृहिणींचे मनोगत आहे, असे

म्हणण्यास प्रत्यवाय नाही. आपल्याकडे फार प्राचीन काळापासून संस्कृत साहित्यात स्त्रीचे जे वर्णन केले आहे, त्यामध्ये ती शयनेषु रंभा, भोज्येषु माता आणि करणेषु दासी अशीच मानली गेली आहे. एखादा कालिदास तिला गृहिणी, सखी, सचिव म्हणून तिचा गौरव करतो. 'प्रियशिष्या ललिते कलाविधौ' म्हणून तिचे कलाजीवनातले सुंदर साहचर्य गृहीत धरतो. पण एरव्ही चूल आणि मूल तिचे कार्यक्षेत्र ठरून गेले आहे. पद्मा यांनी या कवितेत धान्यमाप ओलांडून येणारी नववधू कुटुंबातली नवी सून म्हणून जेव्हा पतिगृही पाऊल टाकते, तेव्हा कोणकोणती कर्तव्ये आपणास खुणावू लागली, याचे फार प्रत्ययकारी चित्र रेखाटले आहे. त्या म्हणतात :

> भुई म्हणाली, 'तू माझी.
> काढ केर, स्वच्छ कर.'
> मी म्हटलं, 'खरंच, ग, आई'
> केरसुणी झाले, रांगोळी झाले.

सासरी आल्याबरोबर तिथल्या भुईने या नव्या सुनेचा ताबा घेतला. ती स्वच्छ ठेवणे आणि रांगोळीने तिला प्रसन्न सौंदर्य आणणे हे आपले कर्तव्य तिला कळून चुकले. याच पद्धतीने लाकडांच्या जाळावर अन्न शिजवून घरातल्या साऱ्यांची अन्नपूर्णा होणारी चूल, गहू आणि ज्वारी दळून भाकरी खाऊ घालणारे जाते, भात कांडणारे उखळ आणि ताकात स्वत: नाचत राहून मुखात लोण्याचा घास भरवणारी वत्सल मथणी या सर्व भूमिका आता आपल्यालाच पार पाडायच्या आहेत, गृहिणीच्या नात्याने आपणच चूल आणि तिच्यात जळणारी लाकडे व्हायचे आहे, जात्याच्या पाळीत आपल्या जिवाचे दळण दळून पीठ करून घ्यायचे आहे, उखळात कांडून घ्यायचे आहे आणि मथणीतल्या विरजणात सतत नाचत राहायचे आहे, याची जाणीव तिला होते. केरसुणी, रांगोळी, चूल, लाकडे, जाते, उखळ, मुसळ, ताकातली रवी या प्रतिमांच्या द्वारा कवयित्री सासरघरी स्वत:ला सर्वत्र वावरताना, तिथल्या वेगवेगळ्या भूमिका बजावताना बघते आणि संसारातले विविध प्रकारचे कष्टमय जीवन त्यातून तिला जाणवते. हे सांगताना ती म्हणते :

> चूल म्हणाली, 'तू माझी.'
> मी तिची लाकडं झाले
> जातं म्हणालं, 'तू माझी.'
> गहू झाले, ज्वारी झाले.

उखळीतलं भात झाले;
ताकातली रवी होऊन
मथणीत नाचत राहिले.

पण गृहिणी म्हणून प्रपंचातही आपले स्थान राखताना कोणत्याही स्त्रीला फक्त शारीरिक श्रमांचा बोजा उचलावा लागतो, असे नाही. त्याच्या पलीकडची, वेगळ्या अधिक सूक्ष्म पातळीवरची अनेक कर्तव्येही तिला पार पाडावी लागतात. ती गृहच्छिद्रे झाकते. घराचा गौरव सांभाळते. भिंत होऊन साऱ्यांभोवती मायेचे, वात्सल्याचे संरक्षक आवार उभे करते. इतकेच नाही, तर घरात जेव्हा दुःखाचा, दैन्याचा किंवा मानसिक करंटेपणाचा काळोख पसरतो, तेव्हा पणती, तेल, वात होऊन स्वत: जळत ती घराला प्रकाश पुरवते. त्याचे कोनेकोपरे उजळून टाकते!

पद्मा यांनी इथे ज्या प्रतिमा वापरल्या आहेत, त्या चित्रदर्शी तर आहेतच, पण त्यांच्या वास्तव रूपाबरोबर त्यांना सतत पसरत जाणारी विविध परिमाणेही लाभतात आणि त्या अधिकाधिक अर्थपूर्ण होत जातात. घराची अशी सेवा करताना आणि विविध प्रकारांनी त्याला आधार देताना स्त्रीचे संकुचित जीवन विस्तार पावते. ती सर्वार्थाने मोठी होते.

कवयित्री म्हणते :

भिंत होऊन, छप्पर होऊन
गुपितं राखली, छिद्रं झाकली
पणती, वात, तेल होऊन
कोनेकोपरे उजळून टाकले.

एक लाजरीबुजरी नववधू म्हणून धान्यमाप ओलांडून घरात येणारी ही सून बघता-बघता साऱ्या घराचा ताबा घेते. सेवाधर्म पाळता-पाळताच ती आपला आत्मगौरव सांभाळते. वाढवते. आभाळाएवढी मोठी होते आणि हे सारे करत असताना गृहिणीपदाच्या अनेक पायऱ्याही ती चढून जाते. आता ती केवळ वधू राहत नाही, तर सून, बायको, आई, सासू या एकापेक्षा एक मोठ्या जबाबदारीच्या भूमिकाही पार पाडते. स्त्री म्हणून सर्वार्थाने ती मोठी, विकसित होते. कवयित्रीने ही तिची वाढ अगदी मोजक्या, गद्यप्राय; पण परिणामकारक शब्दांत सांगितली आहे.

सून झाले, बायको झाले,
आई झाले, सासू झाले

पण हे सारे होताना एक स्वतंत्र, सजीव, भावभावनामय जिवंत माणूस म्हणून मात्र ती स्वत:ला हरवून बसली आहे, हे नंतर तिला उमगते. *'माझी मला हरवून बसले'* अशा साध्या, पण काळजाला भिडणाऱ्या शब्दांत कवयित्रीने इथे आपली खंत प्रकट केली आहे.

ती तिची एकटीची खंत नाही. पिढ्यान् पिढ्या संसार करणाऱ्या आणि त्यात आपले स्वत्व गमावून बसणाऱ्या साऱ्या स्त्रीजातीचीच ती व्यथा आहे! पण मग एक काळ असा येतो, की तिला आत्मशोध घ्यावासा वाटतो. भोवतालच्या या साऱ्या पसाऱ्यात आपण आपल्या म्हणून कुणी राहिलो आहोत, की नाही, असा प्रश्न तिला पडतो. साऱ्या घरासाठी आपण झिजलो, साऱ्यांबद्दलची सारी कर्तव्ये पार पाडली, पण आपले स्वत:चे म्हणून काही देणे आपण लागतो, ते आपण कधी फेडले, की नाही या संभ्रमात ती पडते. आता तिला स्वत:साठी, खास स्वत:साठी काहीतरी करावेसे वाटते. मग ती म्हणते :

आता सोंगे पुरे झाली;
सारी ओझी जड झाली.
उतरून ठेवून आता तरी
माझी मला शोधू दे;
तुकडे तुकडे जमवू दे.
विशाल काही पुजू दे.
मोकळा श्वास घेऊ दे;
श्वास दिला, त्याचा ध्यास
घेत घेत जाऊ दे!

अजाण, भाबड्या, उत्सुकपणे विवाहित जीवनाला सामोऱ्या जाणाऱ्या अनभिज्ञ नववधूपासून तो 'माझी मला शोधू दे' असे उत्कट आत्मभान आलेल्या, देहाबरोबर मनानेही वाढलेल्या, परिपक्व आणि परिपूर्ण गृहिणीपर्यंत स्त्रीचा होणारा हा प्रदीर्घ प्रवास पद्मा यांनी या कवितेत विविध प्रतिमांच्या द्वारा अगदी साध्या, पण हृदयस्पर्शी शब्दांत वर्णन केला आहे. एक काळ असा होता, की सून, बायको, आई, सासू या भूमिका नेटकेपणाने पार पाडल्या, म्हणजे आपण कृतार्थ झालो, आता काही करायचे किंवा मिळवायचे राहिले नाही, असा समाधानाचा श्वास साऱ्या गृहिणी टाकत असत.

पण आजची स्त्री त्या कुटुंबशरण परंपरेत बसत नाही. तिथे ती पूर्णत: सुखी होऊ शकत नाही. तिच्या मनाचा एक कोपरा रिताच राहतो. विकासाच्या

अनेक दिशा तिला साद घालत असतात. आत्मवृद्धीच्या नवनव्या संभाव्यता तिला दिसत असतात. मग तिला वाटू लागते, स्वत:चे सर्वत्र विखुरलेले तुकडे वेचावेत, ते जमवावेत, विशाल अशा काही ध्येयाच्या पाठोपाठ जावे, घराच्या चार भिंतींत गुदमरलेला श्वास मोकळा करावा आणि एखाद्या सुंदर ध्यासाचा वेध घेऊन अंती त्यातच विलीन व्हावे.

आजच्या जागरूक, समंजस, घराबरोबर घराबाहेरच्या जीवनाचेही स्वरूप समजावून घेऊ बघणाऱ्या सुशिक्षित स्त्रीचे हे चित्र आहे. ते पद्मा यांनी परिणामकारकतेने रंगवले आहे. स्त्रीच्या स्वतंत्र जगण्याच्या ओढीचे वर्णन या कवितेत आलेले असले, तरी स्त्रीस्वातंत्र्याचा उद्घोष इथे नाही किंवा पुरुषाच्या नावाने तळतळून बोटे मोडत त्याला दिलेले शिव्याशापही इथे नाहीत. आहे, ते शांत, संयत, अंतर्मुख वृत्तीने केलेले आत्मचिंतन. गृहिणीला परंपरेने दिलेल्या, स्नुषा, पत्नी, माता, जबाबदार कुटुंबिनी या भूमिकांचा कवयित्री इथे आनंदाने स्वीकार करते. पण त्याचबरोबर 'मला माझेपण म्हणून जे काही आहे, ते मिळावे' इतकेच तिचे मागणे आहे.

प्रसिद्ध साहित्यिका अमृता प्रीतम यांनी एके ठिकाणी 'चौथ्या कमऱ्या'ची कल्पना मांडली आहे. स्वयंपाकघर, शेजघर व दिवाणखाना हे तीन कमरे स्त्रीला समाजाने बहाल केले आहेत. पण त्याव्यतिरिक्त आत्मशोध घेण्यासाठी आणि माणूस म्हणून परिपूर्ण जीवन जगण्यासाठी, कल्पनेच्या पातळीवर का होईना, चौथा कमरा तिला मिळायला हवा, असे अमृता प्रीतम म्हणतात. पद्मा आपल्या या सुंदर कवितेत वेगळ्या शब्दांत तेच सांगत नाहीत का?

■

आईची कविता

परसातली हाक
ऐकू जाणार नाही अंगणातल्या माळणीला,
एवढा मोठ्ठा तुझा वाडा

इथे गुदमरलीस चार दिवसांत
एका खोलीतल्या आमच्या
नव्या नवतीच्या संसारात.

पण अजून ताजी आहे मनात
मोगरीची कळीदार वेणी
हिच्या भरगच्च अंबाड्यावर माळलेली तू
त्या संध्याकाळी

रात्री जेवणानंतर अवचित गेलीस शेजारणीसंगे
कुठल्याशा कीर्तनाला, की प्रवचनाला
हिच्याकडे बघत... हसत
(कळ्या उमलाव्यात, म्हणून?)

रात्री कितीला घरी आलीस,
ते कळले सकाळी
नजर चुकवून चहा पिता–पिता!

– श्रीरंग विष्णु जोशी

श्रीरंग विष्णु जोशी

एकत्र कुटुंबपद्धती हा एकेकाळी आपल्या मध्यमवर्गीय पांढरपेशा संस्कृतीचा केंद्रबिंदू होता आणि या पद्धतीत आईला सर्वाधिक महत्त्वाचे स्थान दिलेले होते. 'आई' ही एकूण भारतीय परंपरेतच आदरार्ह ठरलेली आहे. 'मातृदेवो भव, पितृदेवो भव, आचार्यदेवो भव' या आचारसंहितेत आईला पहिले पूजनीय स्थान म्हणून गौरवले आहे. 'भारतमाता', 'जगन्माता', 'विठाईमाउली', 'ज्ञानोबामाउली', 'गीताई' यासारखे शब्द कोणत्याही आदरणीय गोष्टीकडे मातृभावनेने बघण्याची आपली वृत्ती दर्शवतात.

आईची महती सांगणाऱ्या कविता अगदी शाळकरी वयापासून आपण वाचत आलेलो आहोत. 'आई, थोर तुझे उपकार', 'ती माझी आई' यासारख्या जुन्या कविता पाठ्यपुस्तकांत अंतर्भूत केलेल्या होत्या, हे त्या विशिष्ट वयोगटातल्या अनेकांना आजही आठवत असेल. अशा या आईवर आधुनिक मराठी काव्यामध्ये किती कवींनी कविता लिहिल्या?

सहज आठवून पाहिले, तर केशवसुतांची आईवरील हृद्य कविता प्रथम डोळ्यांसमोर उभी राहते. अगदी साध्या, अनलंकृत भाषेत लिहिलेली ही कविता तिच्या मनःपूर्वकतेमुळे आपल्या काळजाचा ठाव घेते. कवितेच्या अखेरच्या या ओळी बघाव्यात :

कष्ट दिले तुजला मी फार फार, आई
त्यांची मजकडुनि फेड जाहली न काही
दुर्भग मी असा असे
म्हणुनि दुःख वाटतसे
कंठ फार दाटतसे
रडतो गुडघ्यांत म्हणुनि घालुनि शिराते
अंतरले पाय तुझे, हाय हाय, माते!

केशवसुतांच्या कवितेनंतर मनात जाग्या होतात त्या रविकिरण मंडळातील यशवंत आणि माधव ज्यूलियन या दोन ज्येष्ठ कवींच्या मातेवरील नितांतरम्य कविता. 'यशवंतां'च्या 'आई' या कवितेने तर एकेकाळी लोकप्रियतेचा उच्चांक गाठला होता. कवितागायनांच्या कार्यक्रमात कवीने ती कविता म्हणण्यास नुसता प्रारंभ केला, तरी प्रौढ श्रोतेदेखील गहिवरून मुसमुसू लागत. यात कवितेतील रसवत्तेचा जेवढा भाग असेल, तेवढाच तत्कालीन समाजजीवनात अस्तित्वामध्ये असलेल्या मातृभक्तीचा आणि तदनुषंगिक संकेताचाही वाटा असणार. आईच्या स्मरणाने असा भावनोद्रेक व्हावा, ही त्या काळातील एक सर्वमान्य गोष्ट असली पाहिजे.

माधव ज्युलियन यांची आईला उद्देशून लिहिलेली 'प्रेमस्वरूप आई, वात्सल्यसिंधु आई। बोलावू तूज आता मी कोणत्या उपायी' ही कविता यशवंतांच्या कवितेइतकी लोकप्रिय झाली नसली, तरी तिच्यात व्यक्त झालेली भावना अधिक उत्कट, खोल आणि गंभीर आहे. या दोन्ही कवींनी आपल्या कवितांसाठी निवडलेले गझलचे वृत्तही तेच आहे, ही सहज जाता–जाता जाणवलेली गोष्ट.

नंतरच्या काळात दलित आणि ग्रामीण कवींचा उगम झाल्यानंतर त्या कवींनीही मातृप्रेमाचा आविष्कार करणाऱ्या काही चांगल्या कविता लिहिल्या. त्यातले संदर्भ आणि तपशील अर्थात वेगळे होते; पण भावना तीच होती. या कवितांत नारायण सुर्वे यांची आईवरील कविता उल्लेखनीय आहे. गिरणीच्या पट्ट्यात सापडून अपघाताने मरण पावलेल्या या आईची वेगळी जीवनसरणी तीव्रतेने जाणवते आणि *'आधीचे नव्हतेच काही, आता आई देखील नाही'* हे तिच्या पोरक्या पोरांचे आक्रंदन मनाला चटका लावून जाते.

हे सर्व खरे असले, तरी मराठी कवितेतून 'आई' हा विषय जवळजवळ हद्दपार होण्याच्या बेतात आहे, असे दिसते. याचे काय कारण असावे? मध्यंतरी कविवर्य कुसुमाग्रजांनी 'मराठी कवितेतील आई कोठे गेली?' या किंवा अशाच काही शीर्षकाचा एक लेख लिहिला होता. त्यात त्यांनी या गोष्टीची कारणमीमांसा केली आहे. नव्या समाजरचनेमुळे एकत्र कुटुंबपद्धती आता कालबाह्य ठरत आहे. पूर्वी कुटुंबीयांबद्दल वाटणाऱ्या उत्कट जिव्हाळ्याची जागा आता एका थंड तटस्थतेने घेतली आहे. दोन पिढ्यांमधले अंतरही झपाट्याने वाढत चालले आहे आणि आर्थिक गरजांना सार्वभौम महत्त्व प्राप्त झाल्यामुळे पूर्वीच्या नातेसंबंधातला गोडवा, आर्तता नाहीशी होण्याच्या बेतात आहे. त्यामुळे एकूणच कौटुंबिक जिव्हाळ्याची चित्रणे आता काव्यातून होणे दुरापास्त झाले आहे, असा कुसुमाग्रजांचा विवेचनाचा सारांश आहे. त्यांची ही मीमांसा मार्मिक आहे, त्याप्रमाणे वस्तुस्थितीचे कठोर दर्शन घडवणारी आहे, यात शंका नाही.

अशा परिस्थितीत केवळ आईला उद्देशून एका कवीने कविता लिहाव्यात आणि आजही त्या उत्कट, हृदयस्पर्शी वाटाव्यात, ही गोष्ट काहीशी विस्मयकारक म्हणावी लागेल; पण ती खरी आहे. सांगलीचे श्रीरंग विष्णु जोशी यांनी आपल्या दिवंगत मातेला अनुलक्षून *'आईची कविता'* हा कवितासंग्रह सिद्ध केला आहे. या संग्रहात पंचावन्न कविता आहेत. त्यातूनच इथे दिलेली कविता निवडली आहे. जोशी यांचे काही गद्यलेखनही प्रसिद्ध झाले आहे. *'ब्रह्माचा खांब'* हा आणखी एक कवितासंग्रह त्यांच्या नावावर रुजू आहे; परंतु त्यांच्या सर्जनशील प्रतिभेचा खरा आविष्कार बघावयास मिळतो, तो त्यांच्या 'आईची कविता' या संग्रहातच.

मराठी गद्य साहित्यात 'श्यामची आई' अमर झाली आहे. तेच काव्यसृष्टीमध्ये जोशी यांनी रंगवलेल्या आईचे स्थान आहे. 'आई' ही एक केंद्रीभूत व्यक्तिरेखा घेऊन तिच्यावर इतक्या विविधतापूर्ण आणि इतक्या उत्कट कविता लिहिल्याचे निदान मराठी काव्यामध्ये तरी दुसरे उदाहरण उपलब्ध नाही.

जोशी यांची ही आई 'श्यामची आई'प्रमाणे एका विशिष्ट सामाजिक स्तराची आणि संस्कृतीची प्रतिनिधी आहे आणि तेवढ्यापुरते तिचे चित्रण सीमित झालेले आहे. पण जातपात, चालीरीती, धार्मिक आणि कौटुंबिक संदर्भ यांनी घातलेल्या मर्यादा बाजूला ठेवल्या, तर ही आई सनातन मातृरूपाचेच सुंदर आणि व्यापक असे प्रतीक आहे. कवी वि. म. कुलकर्णी यांनी आपल्या एका कवितेत म्हटले आहे :

अशी होती माझी आई
जशी असतेच आई
तिच्या उष्ण पान्ह्यासाठी
कधी मन जागे होई

श्रीरंग विष्णु जोशी यांची आई ही 'जशी असतेच आई' या कोटीतली आई आहे आणि म्हणूनच संस्कारसंपन्न पांढरपेशा घरातली ही आई प्रत्येकाला आपल्याच आईची ओळख पटवून देते आणि तिचे अकृत्रिम व्यक्तिमत्त्व आपल्याला जवळचे वाटू लागते.

या कवितांमधून मुलाने आपल्या आईचे वर्णन केलेले आहे. त्या वर्णनातून, अनेक घटनाप्रसंगांच्या द्वारा आईची व्यक्तिवैशिष्ट्ये त्याने साकार केली आहेत. अशीच एक घटना या कवितेमध्ये कवीने रंगवली आहे आणि तिच्यामधून आईच्या स्वभावाचा एक पैलू त्याने प्रकट केला आहे. जीवनातल्या नाट्यात्मतेची

कवीला असलेली जाणीवही या कवितेत व्यक्त होते.

मुलाचे नुकतेच लग्न झालेले आहे आणि आपल्या भल्याथोरल्या वाड्याचा सहवास सोडून मुलाच्या नव्या संसाराचे कौतुक बघण्यासाठी आई चार दिवस त्याच्या एका खोलीच्या बिऱ्हाडी आलेली आहे. सुरुवातीच्या काही ओळींतच कवी तिच्या या वेळेच्या मन:स्थितीचे वर्णन करतो.

परसातली हाक
ऐकू जाणार नाही अंगणातल्या माळणीला,
एवढा मोठ्ठा तुझा वाडा
इथे गुदमरलीस चार दिवसांत
एका खोलीतल्या आमच्या
नव्या नवतीच्या संसारात.

या ओळींमधून आईच्या संसाराची, तिच्या जीवनसरणीची थोडक्यात; पण नेमकी ओळख पटते. ती खात्यापित्या संपन्न घरातली गृहिणी, भल्या मोठ्ठ्या वाड्याची मालकीण आहे. तिचा वाडा किती मोठा आहे? तर परसातून मारलेली हाक अंगणात असलेल्या माळणीला ऐकू जाणार नाही, एवढा. या वर्णनातून वाड्याचा विस्तार तर कळतोच, पण त्याचे भरलेपण, तिथे सतत येणाऱ्या पाहुण्या-रावळ्यांची वर्दळ, माणसांचा तिथे नेहमी चालू असलेला वावर याचीही आपल्याला कल्पना येते आणि असा हा भलाथोरला वाडा सोडून ही प्रेमळ आई संसारात नुकतेच पाऊल टाकलेल्या, नवपरिणीत वधूसह आपले प्रणयजीवन सुरू करण्यास आतुर झालेल्या मुलाच्या घरी येते. पण त्याबरोबरच त्याच्या एका खोलीत थाटलेल्या चिमुकल्या संसारात तिचा जीव गुदमरल्यासारखाही झाला आहे.

– आणि यानंतर काय घडते?

त्याच दिवशी मुलाची मधुरात्र साजरी होणार आहे. लाजाळू जोडप्याचे संसारी जीवन विधिपूर्वक सुरू होणार आहे. आई आता वयस्कर झालेली आहे. पण तरुण मुलांचा संकोच, त्यांचे बावरलेपण आणि त्याबरोबर त्यांच्या अंत:करणात उचंबळणारी आतुरता या साऱ्यांची तिला पूर्णपणे कल्पना आहे. मुलाच्या आणि सुनेच्या मानसिक अवस्थेची जाणीव होण्याइतके तिच्या स्वत:च्या वृत्तींचे ताजेपण अजून शाबूत आहे. तरुण मुलांच्या या आनंदसोहळ्यात ती हौसेने सामील होते. कशी? तर नव्या सुनेच्या भरगच्च अंबाड्यावर आपल्या हाताने मोगरीची कळीदार वेणी संध्याकाळी माळून ती तिला सजवते. ती वेणी कवीच्या मनात अजून ताजेपणाने दरवळते.

अजून ताजी आहे मनात,
मोगरीची कळीदार वेणी
हिच्या भरगच्च अंबाड्यावर माळलेली तू
त्या संध्याकाळी.

हे सारे एकूण वातावरण फुलवणारे, हृद्य, सुंदर आहे, यात शंका नाही; परंतु यातला खरा अवघड भाग नंतरच पुढे ठाकतो. मुलाचा संसार एका लहानशा खोलीत सामावलेला. तिथे आईसारखे वडीलधारे माणूस आलेले असताना तरुण दांपत्याने त्याच्या सान्निध्यात आपली मधुरात्र कशी साजरी करायची? त्यांची थट्टामस्करी, हौसमौज, हसणे-खेळणे आणि प्रथमच परस्परांचा निकट परिचय करून घेताना आविष्कृत होणारे सूक्ष्म भावनातरंग यांना मनमोकळा वाव कसा मिळायचा?

पण ही आई हुशार आहे, चतुर आहे. तरुणांचे मनोभाव जाणून घेण्याइतकी कोवळी संवेदनक्षमता तिच्यापाशी अजूनही शिल्लक आहे. मुलाला आणि सुनेला पूर्ण निर्वेध एकांत मिळावा, म्हणून ती एक वेगळीच युक्ती योजते. काय करते ती? कवी सांगतो :

रात्री जेवणानंतर अवचित गेलीस शेजारणीसंगे
कुठल्याशा कीर्तनाला, की प्रवचनाला
हिच्याकडे बघत... हसत
(कळ्या उमलाव्यात, म्हणून?)

रात्री कितीला परत आलीस,
ते कळले सकाळी
नजर चुकवून चहा पिता-पिता!

मुलांच्या एकांतात आपली अडचण नको, म्हणून कीर्तन-प्रवचनाच्या निमित्ताने रात्रभर बाहेर राहणारी, शेजारणीच्या घरी झोपणारी आणि सकाळी परत येणारी ही प्रौढ, समजूतदार, वत्सल आई जुन्या पिढीचा एक विलक्षण हृद्य असा स्वभावविशेष प्रकट करते.

'आईची कविता' या संग्रहातल्या वेगवेगळ्या कवितांमधून, अनेक घटना-प्रसंगांतून या आईची वेगवेगळी रूपे प्रकट होतात. केवड्याच्या कणसात पात्यावर पाते चढावे, तशी तिची नितळ कांती, ऐश्वर्यापासून तो दारिद्र्यापर्यंत तिचा होत गेलेला प्रवास, साऱ्या घरात भरून राहिलेले तिचे आश्वासक सान्निध्य, माणसांपासून ते दारच्या गाईवासरांपर्यंत पसरत गेलेला तिचा स्नेहभाव, तिच्या

नथीच्या मोत्यांतून मुखावर सांडणारे चांदणे, तिचा देवधर्म, व्रते-वैकल्ये आणि सरतेशेवटी तिचाच घास घेणारी तिच्या अन्ननलिकेतील दुर्धर 'ग्रोथ' या सर्व तपशिलांत्‌न जोशी यांची आई साकार होते. केवळ आईच नाही, तर एक संपूर्ण ब्राह्मण कुटुंब साकार होते. त्यातले हेवेदावे, भांडणतंटे, भाऊबंदकी, स्त्रियांचा मानी कणखरपणा आणि अशा कुटुंबात वाढणाऱ्या मुलांचे प्रसन्न, तरीही अवघडलेले शैशव, सारे आपण साक्षात बघतो आहोत, असे वाटते.

साने गुरुजींच्या 'श्यामच्या आई'नंतर आईचे इतके जिवंत, प्रत्ययकारी आणि लोभस चित्रण श्रीरंग विष्णु जोशी यांच्या *'आईच्या कविता'* मधल्या कवितांतच बघावयास मिळते आणि विशेष महत्त्वाची गोष्ट, ही की साऱ्या ब्राह्मणी संदर्भापलीकडे पोचून आपण अगदी सहजपणे या आईमधल्या विश्वव्यापक जगन्माउलीला थेट जाऊन भिडतो.

■

ऐरण

घाव घालुनी पहा एकदा सोशिल सारे घण
माझ्या हृदयाची ऐरण!

दुःख येउनी कधी हिच्यावर कपाळ घे फोडून
कण्हतसे शोकगीत ऐरण!

हर्षबाल खिदळुनी करितसे स्वैर कधी नर्तन
नादती मंजुळ नृत्यस्वन;

प्रीतिदेवता लाथ हाणिता ध्वनी उठे भेदुन
हळवा सूर घुमवि ऐरण!

कुणि कधी येउनी घाला येथे घण
सौंदर्यज्योतिचे उडतिल तेजःकण
या अशा कणांचे गीतहीर बनवुन

घाव घालिता, हार हिऱ्यांचा तुम्हांलाच अर्पिन
असली माझी ही ऐरण!

— अनंत काणेकर

अनंत काणेकर

अनंत काणेकर हे नाव उच्चारल्यावर मनात ज्या स्मृती जाग्या होतात, त्यांचे स्वरूप काहीसे संमिश्र असते. या संमिश्रतेचे कारण काणेकरांच्या साहित्यात सापडेल. आपल्या हयातीत काणेकरांनी वेगवेगळ्या प्रकारचे लेखन केले. फडके आणि खांडेकर यांच्या बरोबरीने मराठीत लघुनिबंधाचे प्रवर्तन करण्याचे श्रेय काणेकरांना द्यायला हवे. फडके, खांडेकरांसारख्या ज्येष्ठ लेखकांचे लघुनिबंध लोकप्रियतेच्या ऐन भरात असताना काणेकरांच्या *पिकल्या पा*नांनी आपल्या वेगळ्या वृत्तिवैशिष्ट्याने रसिकांचे मन आकृष्ट करून घेतले. त्यांनी अनेक लघुनिबंध लिहिले आणि आज खूपच विकसित झालेल्या ललितलेखनात आढळून येणारा जो मुक्त लवचिकपणा आहे, त्याचा काही प्रमाणात तरी पाया घातला, असे म्हणण्यास हरकत नाही.

लघुनिबंधाच्या जोडीला काणेकरांनी कथा, एकांकिका, नाटके अशा इतर ललित साहित्यप्रकारांत देखील लक्षणीय लेखन केले. *धुक्यातून लाल ताऱ्याकडे* या त्यांच्या रशियाच्या प्रवासवर्णनाने जुन्या प्रवासवर्णनांना एक कलात्मक नवी दिशा दाखवली. पुढेही काही चांगली प्रवासवर्णने त्यांनी लिहिली. वृत्तपत्रसृष्टीशी त्यांचा घनिष्ठ संबंध होता. मराठी साहित्यात आणि जीवनात साम्यवादी विचारसरणीचा प्रथम आविष्कार ज्या तरुण विचारवंतांनी, कार्यकर्त्यांनी केला, त्यांचे काणेकर सहप्रवासी तर होतेच; पण त्यांच्या स्वतःच्या लेखनातूनही साम्यवादी तत्त्वज्ञानाचे पडसाद उमटलेले दिसतात.

काणेकरांनी असे विविध प्रकारचे साहित्य लिहिलेले असले, तरी कवी ही त्यांची प्रतिमा मराठी साहित्यसृष्टीत जास्त ठळकपणे उमटलेली आहे. काणेकरांची काव्यनिर्मिती हा मराठीतला एक अदभुत चमत्कार म्हणावा लागेल. ऐन तारुण्यात काणेकरांनी काव्यलेखन सुरू केले. हा त्यांच्या सर्जनशील कविप्रवृत्तीचा अगदी अभावितपणे झालेला आविष्कार होता. त्यामागे कवी म्हणून असलेली निश्चित भूमिका, प्रसिद्धीची लालसा, समकालीन कवितेशी अनुबंध राखून त्या क्षेत्रात

काही प्रतिष्ठा संपादन करावी, अशी महत्त्वाकांक्षा- काहीही नव्हते. त्या दृष्टीने त्यांची कविता अगदी सहज, निर्हेतुकपणाने लिहिली गेली आणि तेच तिचे फार मोठे असे वैशिष्ट्य, बलस्थान होते. काणेकर कविता लिहितात, हे कित्येक दिवस के. नारायण काळे, श्री. वि. वर्तक यासारख्या त्यांच्या निकटवर्ती स्नेह्यांनाही ठाऊक नव्हते. पुढे त्यांना जेव्हा या गोष्टीचा पत्ता लागला, तेव्हा त्यांनीच त्या कविता नियतकालिकांकडे प्रसिद्धीसाठी पाठवण्यास सुरुवात केली आणि हा तरुण प्रतिभावंत कवी रसिकांसमोर आला. त्या काळी 'रत्नाकर' हे मासिक साहित्यक्षेत्रात फार प्रतिष्ठेचे मानले जात असे. काणेकरांच्या अनेक कविता त्या मासिकातून प्रथम प्रकाशित झाल्या. हाही एक भाग्ययोगच म्हटला पाहिजे. याच सुमाराला आणखी एक घटना अशी घडली, की तिने प्रसिद्धीच्या पायऱ्या झपाट्याने चढू लागलेल्या काणेकरांना एकदम लोकप्रियतेच्या शिखरावरच नेऊन पोहोचवले.

ही घटना म्हणजे 'नवनाट्याची प्रभात' असे जिचे सार्थ वर्णन करता येईल, अशा *नाट्यमन्वन्तर* या संस्थेने आंधळ्यांची शाळा या आपल्या पहिल्यावहिल्या प्रयोगशील नाटकात समाविष्ट केलेल्या आणि ज्योत्स्ना भोळे व गुणसंपन्न अभिनेत्रीने गाइलेल्या *'तू माझी अन् तुझा मीच'* व *'एकलेपणची आग लागली हृदया'* या दोन कविता. काणेकरांच्या या कविता भावसमृद्ध तर आहेतच; पण ज्योत्स्नाबाईंच्या मधुर स्वरामुळे आणि नाट्यपूर्ण आविष्कारामुळे त्यांना कलात्मकतेचे एक वेगळे परिमाण लाभले. काणेकरांच्या कवितेकडे रसिकांचे चित्त आकृष्ट होण्यासाठी या गोष्टीचाही उपयोग झाला असावा.

तथापि, केवळ नाट्यगीते म्हणून काणेकरांच्या कविता गाजल्या असत्या, तर कवी म्हणून त्यांना इतके मानाचे स्थान लाभले असते, की नाही शंका आहे. काणेकर, एका रात्रीत म्हणावे तसे, इतके लोकप्रिय झाले, याचे कारण, त्यांच्या कविता अव्वल दर्जाच्या काव्यात्मतेने रसरसलेल्या होत्या, हेच आहे. *चांदरात आणि इतर कविता* हा काणेकरांचा संग्रह एकोणीसशे तेहेतीस साली प्रकाशित झाला आणि तो एकदम विलक्षण लोकप्रिय झाला. पहिल्यावहिल्या संग्रहाला रसिकांनी इतकी भरघोस दाद द्यावी, हा चमत्कार पूर्वी यशवंत यांच्या *यशोधन* संग्रहाबाबत आणि नंतर कुसुमाग्रज यांच्या *विशाखा* संग्रहाबाबत घडलेला आहे. पण हे दोन्ही ज्येष्ठ कवी नंतर आपली कविप्रवृत्ती जपून सातत्याने आणि भरपूर काव्यलेखन करत राहिले. काणेकरांनी मात्र *चांदरात* हा एकच कवितासंग्रह लिहून, नंतर स्वत:ला कवितेपासून वेगळे करून घेतले आणि इतर साहित्यप्रकारांत ते रमून गेले. पुढच्या काळातही त्यांनी अधूनमधून कवितालेखन केले. नाही, असे नाही. पण 'चांदरात'चे धुंद आणि उत्कट वातावरण निर्माण करणारे, ती

बेहोशी रसिकांपर्यंत पोहोचवणारे कवी काणेकर मात्र मावळले, ते मावळलेच.

चांदरात आणि इतर कविता संग्रहातल्या कविता 'निर्भेळपणे आणि कसल्याही बाह्य दडपणाचा किंवा कृत्रिमतेचा वास लागू न देता' आपण लिहिल्या, असे स्वत: काणेकरच एके ठिकाणी सांगतात. प्रतिष्ठा, लोकप्रियता, प्रसिद्धी– कसलाही हेतू मनात न बाळगता अगदी अभावितपणे, मनाच्या एका तंद्रिल आणि भारलेल्या अवस्थेत या कवितांची निर्मिती, जणू स्वत:च्याही नकळत, कवीच्या हातून झाली. *चांदरातचे* जिवंतपण फार लोभनीय, आकर्षक होते. म्हणूनच सर्वसामान्य रसिकांप्रमाणे समकालीन ज्येष्ठ साहित्यिकांना, समीक्षकांनाही *चांदरातीतल्या* कवितांनी आकर्षून घेतले. माधव ज्युलियन, मुक्ताबाई दीक्षित अशा थोरामोठ्यांनी या कवितेवर आवर्जून लिहिले. तिचा उचित असा परामर्श घेतला.

या काणेकरांच्या कवितांचे नेमके आकर्षण काय होते? कवीने त्या कविता केवळ 'स्वान्त: सुखाय' लिहिल्या होत्या व म्हणून त्यात अन्तरीचा उमाळा, अकृत्रिमता होती, हे तर खरेच. पण त्याहून महत्त्वाची गोष्ट म्हणजे, या कवितांची पृथगात्मता. काणेकर या कविता लिहीत होते, तेव्हा रविकिरण मंडळाची लोकप्रियता ऐन भरात होती व त्यांच्या कवितांनी समकालीन अनेक कवी प्रभावित झालेले होते. विषयापासून आशयापर्यंत, शैलीपासून आविष्कार-पद्धतीपर्यंत अनेक बाबतींत हा प्रभाव इतर कवींवर ठळकपणे पडला होता. पण काणेकरांची कविता या कशाच्याही आहारी गेलेली दिसत नाही. समकालीन idiom चा ठसाही तिच्यावर उमटलेला नाही. साधी, अनलंकृत, थेट (direct) आणि तरीही कणखर आंतरिक पीळ जपणारी अशी ही कविता आहे.

ऐन तारुण्यात कवीने लिहिलेल्या या कवितांत प्रेमकवितांचे प्रमाण जास्त असावे, हे स्वाभाविक आहे. पण ही प्रेमकविताही आपले स्वत्व आणि वेगळेपण राखणारी आहे. Platonic love च्या वृत्तीने प्रेरित झालेल्या माधव ज्युलियनांसारख्या प्रतिभावंत कवींच्या *'दूरस्थ प्रेमा'* पेक्षा वेगळे असे काणेकरांच्या कवितेतले प्रेम शारीर आसक्तीचा नि:संकोच उच्चार करणारे आहे. तिच्यातला निसर्ग रंगगंधाची धुंदी व्यक्त करणारा आहे. तर तिची चिंतनशील अंतर्मुखताही वेगळ्या वाटा आक्रमणारी आहे. यामुळे ती कविता रसिकांना काही विशेष प्रकारे भावली, जाणवली आणि त्यांच्या मनात खोलवर जाऊन रुजली. तेहतीस साली प्रकाशित झालेल्या *चांदरात*मधल्या *चांदराती खाडीच्या किनाऱ्यावर, कोळ्याचे गाणे, ऐरण, एकलेपणाची आग, चांदरात, प्रीतिची हूल फुकट ना तरी* यासारख्या कविता आजही चोखंदळ रसिकांच्या स्मरणात आहेत, याचे कारण हेच असावे.

ऐरण ही कविता काणेकरांच्या *चांदरात*मधून घेतली आहे. *चांदराती*तल्या

प्रेमकविता आणि निसर्गकविता यांच्यापेक्षा ती वेगळी आहे. मराठी कवितेत सहसा आढळून न येणारी ऐरणीची प्रतिमा वापरून तिच्याद्वारा कवी आपल्या हृदयाचे वर्णन इथे करत आहे. कवितेच्या पहिल्या दोन ओळींतच कवीने या ऐरणीची भूमिका स्पष्ट केली आहे. तो म्हणतो :

घाव घालुनी पहा एकदा सोशिल सारे घण
माझ्या हृदयाची ऐरण!

'माझे हृदय ही एक ऐरण आहे. कसल्याही आघाताने विचलित न होणारी, कसल्याही आघाताला सोशिकपणे सामोरी जाणारी.' कविहृदयाचे हे आव्हान जीवनातल्या सर्व प्रकारच्या सुखांना, दु:खांना अनुलक्षून आहे. ही ऐरण कठोर असूनही मृदू आहे. सोशीक तशीच संवेदनक्षमही आहे. जीवनाचे संमिश्र स्वरूप तिला जाणवलेले आहे व त्या त्या वेळी त्याला कसा प्रतिसाद द्यावा, हेही एका आंतरिक प्रेरणेने तिने उमजून घेतलेले आहे. कधी एखादा दु:खद अनुभव पुढ्यात येऊन ठाकतो, त्यावेळी कविहृदयाच्या या ऐरणीची काय अवस्था होते?

दु:ख येउनी कधी हिच्यावर कपाळ घे फोडुन
कण्हतसे शोकगीत ऐरण!

कधीकधी एखादे दारुण दु:ख येऊन या ऐरणीवर आपले कपाळ फोडून घेते. त्यावेळी ऐरण शोकगीत कण्हते. दु:खाच्या आघाताने हृदयाच्या ऐरणीतून शोकगीताचे नि:शब्द प्रतिसाद उमटतात. ते केवळ तिचे कण्हणे असते. आवेगाचे आक्रंदनसुद्धा नसते.

तथापि, जीवन केवळ दु:खमय नसते. कधीकधी सुखद अनुभवही कवीच्या वाट्याला येतात आणि त्याचे संवेदनक्षम हृदय, ती मृदू झालेली ऐरण मंजुळ नृत्यस्वन ऐकवू लागते-

हर्षबाल येउनी करितसे स्वैर कधी नर्तन
नादती मंजुळ नृत्यस्वन!

एखाद्या लहान बालकाने निरागस आनंदाने नर्तन करावे, तसे हे सुख येते. अल्लड, चंचल, सुंदर. त्या सुखाचे स्वागत करताना कविहृदयाची ऐरण त्या स्वैर नर्तनाला मंजुळ नृत्यस्वनांची (स्वन म्हणजे आवाज) साथ देते आणि सगळीकडे आनंदीआनंद पसरला आहे, असा मधुर प्रत्यय तिला येतो.

जीवनात सुखदुःखाचे अनेक क्षण येतात. त्यातला एक अत्यंत उत्कट अनुभव प्रीतीचा आहे. ही प्रीती अनुकूल असेल, तर त्या आनंदाला पार नसतो. पण तीच जर का प्रतिकूल झाली, कविहृदयाच्या ऐरणीला लाथ हाणून, तिचा धिक्कार करून ती दूर निघून गेली, तर मग त्या वेदनेलाही सीमा नसते. या तीव्र अनुभवाचे चित्रण करताना कवी म्हणतो :

प्रीतिदेवता लाथ हाणिता ध्वनी उठे भेदुन
हळवा सूर घुमवि ऐरण!

प्रीतिदेवतेकडून झिडकारले गेलेले, विद्ध झालेले कवित्व मग 'ऐरणीच्या हळव्या सुरातून' प्रकट झालेले दिसते. जीवनातले दुःख, सुख, प्रणयभावनेची उत्कटता किंवा प्रीतिभंगाच्या तीव्र वेदना यांना कवीच्या हृदयाची ऐरण भिन्न भिन्न प्रकारे प्रतिसाद देते. पण हे सर्व आघात पचवून, आत्मसात करून 'गीत-हीर' निर्माण करणे आणि आघात करणाराला तेजस्वी हिऱ्यांचा हार अर्पण करणे हेही फक्त कविहृदयाच्या ऐरणीलाच शक्य असते. म्हणून कवितेच्या अखेरीस कवी म्हणतो :

कुणि कधी येऊन घाला येथे घण
सौंदर्यज्योतिचे उडतिल तेज:कण
या अशा कणांचे गीतहीर बनवुन

घाव घालिता हार हिऱ्यांचा तुम्हांलाच अर्पिन
असली माझी ही ऐरण!

कविता वाचतावाचता हळूहळू आपल्या ध्यानात येऊ लागते, की काणेकरांनी आपल्या हृदयाच्या ऐरणीचे चित्र रंगवताना एकूण कविहृदयाचे, त्याच्या भावभावनांचे, क्रियाप्रतिक्रियांचेच दर्शन आपणास घडवले आहे. इथे की कविता व्यक्तिगत पातळीवरून वेगळी होते आणि कलावंताच्या मनाशी एकरूप होते. सर्वसामान्य माणसाला सुखदुःखांचे, आशानिराशेचे जे भोग भोगावे लागतात, तेच कवीच्याही वाट्याला येतात. पण सामान्य माणूस वेगवेगळे आघात निमूट सोसतो, तर कवी त्यातून कवितानिर्मिती करतो. हा सामान्य माणूस व कवी यांच्यातला फरक आहे. ही भावना मराठीत वेगवेगळ्या कवींनी वेगवेगळ्या प्रकारे व्यक्त केली आहे. केशवसुत म्हणतात :

अमुचा प्याला दुःखाचा
डोळे मिटुनी प्यायाचा
पिता बुडाशी गाळ दिसे
'अनुभव' हे त्या नाव असे
फेकुन द्या तो जगावरी
अमृत होउ तो कुणा तरी

कवी जीवनातले जहर पिऊन पचवतो आणि त्याचेच कवितेच्या अमृतरसात रूपांतर करून ते तो जगाला अर्पण करतो. 'Our sweetest songs are those that tell of saddest thought' या प्रसिद्ध कविवचनाचा देखील यासंदर्भात थोडा वेगळा अर्थ लावून असे म्हणता येईल की, कवीच्या दुःखमय अनुभूतींतून त्याची मधुर काव्ये निर्माण होतात. जीवनातला दुःखभोग सोसण्याची प्रत्येक कवीची कुवत वेगळी असते. ते सोसताना होणारी त्याची प्रतिक्रियाही कविपरत्वे भिन्न भिन्न असू शकते. एखादा कवी दुःखाला सामोरा जाताना म्हणतो, 'पहा उघडिले हृदयाला । आत सुखे घाला भाला' तर दुसरा एखादा वेदनेला आवाहन करताना म्हणतो :

करू नको संकोच, पाखरा
करू नको संकोच
पिकले फळ हे तुझियासाठी
खुपस आपुली चोच!
क्षतावाचुनी जरि न विमोचन
तरि बरवी तव चोच!

पण जीवनातल्या अनुभवांच्या संदर्भात कोणत्याही कवीच्या काहीही प्रतिक्रिया असल्या, तरी हे अनुभवच त्याच्या काव्यनिर्मितीला प्रेरक ठरतात, यात काही शंका नाही आणि म्हणून काणेकरांसारखा कवी आत्मविश्वासाने म्हणतो, 'तुम्ही माझ्या हृदयाच्या ऐरणीवर खुशाल घण घाला. त्या घणांच्या आघाताने ज्या ठिणग्या उडतील, त्या ठिणग्यांचे मी तेजस्वी हिऱ्यांत रूपांतर करीन आणि त्या हिऱ्यांचा सुंदर हार करून शेवटी तो तुम्हालाच अर्पन करीन!'

किती खरे आहे हे! जगाने, जीवनाचे केलेले आघात पचवून शेवटी त्या जगासाठीच सुंदर काव्यनिर्मिती करण्याची किमया कवीखेरीज दुसऱ्या कुणाला साधते?

■

घरि एकच पणती मिणमिणती

घरि एकच पणती मिणमिणती
म्हणु नको उचल चल लगबग ती!

अगणित बांधव बघ अंधारी
किर्र रान! भय भवती भारी
चरणि जिवाणू! भरे शिरशिरी
यमदूत - न कीटक - किरकिरती!

काळोखाच्या भयाण लाटा
उठती, फुटती बारा वाटा
फेस पसरला सारा काठा
कुणि म्हणो तारका लुकलुकती!

दिवे विजेचे धनिकमंदिरी
प्रकाश पाडिति परोपरी जरि
स्नेहशून्य ते सदा अंतरी
का करिसि तयांची शिरगणती?

अखंड नंदादीपज्योति
दगडी देवा सोबत करिती
नच बाहेरी क्षणभरि येती
अप्सरा विलासी, त्या न सती!

धाव म्हणुनि तव घेउनि पणती
हृदय नाचु ते तिजसांगाती
सोन्याचे घर - दिसते माती
रे, पाहसि मागे वळुनि किती?

पहा पुढे क्षणि दीन लोचनी
रविकिरणांचे स्मरण होउनी
आशा नाचे, ज्योत दुज्या क्षणि
जरि विझे कोण तरि करी क्षिती?

– वि. स. खांडेकर

वि. स. खांडेकर

कादंबरीकार, कथाकार, समीक्षक, अनेक ग्रंथांचे प्रस्तावनालेखक, संकलक अशा विविध नात्यांनी वि. स. खांडेकर हे मराठी लेखकांना, त्याप्रमाणे रसिकांनाही उत्तम परिचित आहेत. त्यांनी स्वत: विपुल साहित्य लिहिले, एवढेच नाही, तर जन्मभर साहित्यावर निस्सीम प्रेम केले. अनेक थोर पाश्चात्त्य कलाकृतींचा त्यांनी वाचकांना परिचय करून दिला. खलील जिब्रानसारखा लेखक साक्षेपाने मराठीत आणला. रूपककथांसारखे काही वेगळे प्रयोगही लेखनात केले. साहित्यात कुठे काही प्रतिभेचे नवे स्फुरण दिसले की, खांडेकर आवर्जून त्या लेखकाची दखल घेत. त्याला प्रोत्साहन देत. त्याचा संग्रह प्रसिद्ध व्हावा, म्हणून जातीने प्रयत्न करीत. कवींबद्दल त्यांना विशेष आस्था वाटे. बा. भ. बोरकर, दामोदर अच्युत कारे अशा कवींची त्यांनी सुरुवातीला पाठराखण केली. त्यांना उत्तेजन दिले. कुसुमाग्रजांचा *विशाखा* हा पहिलावहिला संग्रह खांडेकरांनी स्वत: पुढाकार घेऊन प्रकाशित केला, हा इतिहास आता सर्वज्ञात आहे. खांडेकरांचे सर्वच साहित्यरूपांवर प्रेम होते; परंतु कविता हा त्यांच्या सर्वाधिक आवडीचा साहित्यप्रकार असावा, असे वाटते.

अशा या खांडेकरांनी स्वत: कविता लिहिल्या नसत्या, तरच नवल. त्यांनी काव्यलेखन केल्याचे कुणाला फारसे ठाऊक नाही. पण ही गोष्ट खरी, की आपल्या साहित्यसेवेच्या पहिल्या पर्वात खांडेकरांनी कविता विपुल लिहिल्या आणि 'कुमार' या टोपणनावाने त्यांनी त्या प्रकाशितही केल्या. स्वत: खांडेकरच आपल्या *दोन मने* या कादंबरीच्या प्रस्तावनेत म्हणतात, 'एकोणीसशे वीस सालापासून चौतीस सालापर्यंत निरनिराळ्या मासिकांतून माझ्या शेदीडशे कविता प्रसिद्ध झाल्या आहेत.' तरीही आपल्या कवितांबाबत खांडेकर मनातून फारसे समाधानी असतील, असे वाटत नाही. त्याच प्रस्तावनेत आपल्या कुत्सित टीकाकाराला उत्तर देताना खांडेकर म्हणतात, 'मी कवी नाही, हे मला पुरतेपणी ठाऊक आहे!' खांडेकर स्वत: मर्मज्ञ समीक्षक होते. प्रारंभीच्या काळात 'त्रिदल'

आणि 'सरोज' या दोन सुमार कवितासंग्रहांवर त्यांनी 'त्रिदल आणि त्याचे काटे' व 'सरोज? छे! पंकज' हे दोन अत्यंत जहरी टीकालेख लिहिले होते आणि ते खूप गाजले होते. खांडेकरांची कविताभिरुची इतकी चोखंदळ असल्यामुळे तोच निकष त्यांनी आपल्या स्वत:च्या कवितांनाही लावला असावा आणि त्यांचा संग्रह काढण्याचे हेतुत: टाळले असावे. ते काही असो. खांडेकरांच्या नावावर एकही कवितासंग्रह रुजू नाही! हे मात्र खरे.

('वि. स. खांडेकरांची कविता' या शीर्षकाखाली डॉ. अविनाश आवलगावकर यांनी संपादित केलेला कै. खांडेकरांच्या एकशे सदतीस कवितांचा संग्रह मेहता पब्लिशिंग हाऊसने नुकताच प्रसिद्ध केला आहे.)

खांडेकरांनी काही काळ हौसेने कवितालेखन केले होते आणि काही अतिशय चांगल्या कविता त्यांनी लिहिल्या आहेत. *दोन मने* च्या प्रस्तावनेत खांडेकर म्हणतात, 'शिरोड्याला असेपर्यंत मधूनमधून मला कविता लिहिण्याची लहर येत असे.' याच सुमारास त्यांनी आपली *उल्का* ही पहिलीवहिली कादंबरी लिहिली. *'घरि एकच पणती मिणमिणती'* ही कविता त्या कादंबरीत आलेली आहे.

नायिका उल्का हिचे वडील भाऊ यांनी ती लिहिली असल्याचे लेखक आपल्याला सांगतो, हे भाऊ कोकणातल्या एका छोट्या स्वार्थत्यागपूर्वक शिक्षकाचा व्यवसाय करत असतात. खेड्यातली भयानक विषमता, अज्ञान, दारिद्र्य, पिळवणूक, इत्यादी गोष्टी पाहून त्यांच्या जिवाची तळमळ होते आणि तिथे आलेल्या विविध कटु अनुभवांमुळे त्यांचे मन वैफल्यग्रस्त, हताश होते. हे भाऊ म्हणजे खांडेकरांचेच एक रूप आहे. त्यांचे साहित्यप्रेम, त्यांची ध्येयवादी मनोवृत्ती, वकील होण्याऐवजी कोकणातल्या एका दरिद्री खेड्यात वास्तव्य करून तिथल्या विद्यार्थ्यांवर उत्तम संस्कार करण्याची त्यांनी बाळगलेली आकांक्षा - हे सर्व तपशील खांडेकरांचे शिरोड्यातले वास्तव्य आणि तिथे त्यांना आलेले अनुभव सूचित करतात. एकीकडे कोकणातले दारिद्र्य, तिथली विषमता बघून मनाला आलेली वैफल्यग्रस्तता आणि दुसरीकडे आपल्या ध्येयावरची अढळ श्रद्धा यात होणारी भाऊंची ओढाताण हे स्वत: खांडेकरांनी शिरोड्यात असताना अनुभवलेल्या मानसिक संघर्षाचेच चित्र आहे. या वेळी कादंबरीतले भाऊ ही कविता लिहितात आणि तिच्या द्वारा खांडेकर आपली स्वत:चीच तत्कालीन मनोऽवस्था प्रकट करतात.

*उल्के*च्या प्रस्तावनेत खांडेकर 'घरि एकच पणती मिणमिणती' या कवितेच्या संदर्भात लिहितात, 'कादंबरी लिहायला मी सुरुवात केली, तेव्हा *घरि एकच पणती मिणमिणती* ही कविता मला सुचली नव्हती. एकोणीसशे सत्तावीस–

अठ्ठावीस साली गद्यलेखनाकडे वळल्यापासून माझे आधीच तुटपुंजे असलेले कवितालेखन जवळजवळ संपुष्टात आले होते. पण *उल्के*च्या एकंदर वातावरणामुळे असेल किंवा ज्या काव्यात्मक मनोवृत्तीने मी त्या कादंबरीचा विचार करीत आलो होतो, तिचा परिपाक म्हणून असेल, भाऊसाहेबांच्या पूर्वचरित्राचे चित्रण करता–करता सहजासहजी ही कविता मी लिहून गेलो, खांडेकरांचे हे सर्व निवेदन समजून घेतले म्हणजे, *घरि एकच पणती मिणमिणती* या कवितेचे स्वारस्य आणि तिचे मर्म अधिक चांगल्या रीतीने आपल्याला आकलन होते आणि स्वत: खांडेकरांच्या आदर्शवादी, ध्येयप्रवण मनोवृत्तीचा तिच्यातून प्रत्यय येतो.

या कवितेतली पणतीची प्रतिमा अर्थपूर्ण आहे. आपल्या ध्येयावर श्रद्धा असणाऱ्या माणसाच्या अपराजित मनोवृत्तीचे चित्र या पणतीच्या द्वारा कवी रेखाटतो. समाजात जेव्हा अन्याय, दारिद्र्य, विषमता यांचा अंधार माजलेला असतो, तेव्हा तो काही प्रमाणात तरी दूर करण्याचे कार्य ध्येयवादी मनुष्यच करू शकतो. त्याच्या हातातली मिणमिणती पणती हा माणुसकीचा दीप आहे. त्याचा प्रकाश क्षीण असेल, त्याची शक्ती मर्यादित असेल तरी बाहेरच्या काळोखाला तो क्षणभर तरी उजळून टाकू शकतो. त्या काळोखात भांबावून गेलेल्या, वाट चुकलेल्या, अगतिक झालेल्या दुबळ्या जीवांना तो थोडा धीर देतो. त्यांच्या मनांत आशा फुलवतो. ही श्रद्धा खांडेकरांनी पणतीच्या प्रतिमेतून सुचविली आहे. त्या दृष्टीने कवितेतील प्रारंभीच्या ओळी मोठ्या सुंदर आहेत :

घरि एकच पणती मिणमिणती
म्हणु नको उचल चल लगबग ती!

परिस्थिती कितीही प्रतिकूल असली आणि तिच्याशी झगडण्याची आपली शक्ती कितीही अपुरी असली, तरी ध्येयवादी, आदर्शवादी माणसाने आपली निष्ठा सोडता कामा नये. काळोख उजळण्यासाठी लखलखत्या प्रकाशाचा प्रखर दिवा आपल्याजवळ नसला, तर नसो, घरातली छोटी मिणमिणती पणती हाती घेऊन त्याने निर्भयपणे बाहेरच्या काळोखात पाऊल टाकले पाहिजे.

या काळोखाचे चित्रण करताना खांडेकरांची कल्पक आणि काव्यात्म वृत्ती कशी बहरून येते, ते पुढच्या दोन कडव्यांत बघण्याजोगे आहे.

अगतिक बांधव बघ अंधारी
किर्र रान, भय भवती भारी
चरणि जिवाणू! भरे शिरशिरी
यमदूत - न कीटक - किरकिरती!

काळोखाच्या भयाण लाटा
उठती फुटती बारा वाटा
फेस पसरला सारा काठा
कुणि म्हणो तारका लुकलुकती!

कवी त्या ध्येयनिष्ठ माणसाला सांगतो, 'अरे, तुझे अगणित बांधव बाहेर अंधारात चाचपडत आहेत. किर्र रान माजले आहे. सर्वत्र भयाचे साम्राज्य पसरले आहे. मध्येच पायाखाली एखादे विषारी जिवाणू येते आणि भीतीने अंगाचा थरकाप उडवते. रात्रीच्या घनदाट काळोखात किरकिरणारे कीटक हे तर जणू यमाचे दूतच वाटतात. काळोखाचा सागर सर्वत्र पसरला आहे. त्याच्या लाटा गर्जना करीत किनाऱ्यावर येऊन थडकत आहेत. त्यांचा सर्वत्र पसरणारा फेस म्हणजेच आकाशात लुकलुकणाऱ्या या तारका, अशा या आलंकारिक आणि कल्पनाप्रचुर चित्रामधून घराबाहेर पसरलेल्या काळोखाचा प्रत्यय कवी देतो.

या काळोखात प्रकाश कुठे नाहीच का? आहे. परंतु तो काळोखात चाचपडणाऱ्या दीनदुबळ्यांच्या कामी येणार नाही. तो फक्त काही मोजक्या भाग्यवंतांसाठी आहे.

दिवे विजेचे धनिकमंदिरी
प्रकाश पाडिति परोपरी जरि
स्नेहशून्य ते सदा अंतरी
का करिसि तयांची शिरगणती?

धनिकांच्या सुंदर आणि संपन्न निवासस्थानी विजेच्या दिव्यांचा लखलखाट असतो. पण ते दिवे धनिकांपुरतेच असतात. त्यांचेच सुखविलास ते वाढवतात. आणि पुन्हा ते 'स्नेहशून्य' असतात. त्यांचा उगम यांत्रिक आणि निर्जीव असतो. तेलामुळे येणारी जिवंत स्निग्धता, प्रेमळपणा, सहानुभूती त्यांच्या ठायी कुठून असणार?

अखंड नंदादीप ज्योति
दगडी देवा सोबत करिती
नच बाहेरी क्षणभरि येती
अप्सरा विलासी, त्या न सती!

आणखी प्रकाश असतो, तो देवालयात दगडी देवापुढे तेवत राहणाऱ्या

नंदादीपातील ज्योतींचा. पण त्यांना तरी मंदिराबाहेर काळोखात तळमळणाऱ्या हताश दुःखी जीवांची कणव कुठे येते? त्या गाभाऱ्यात नर्तन करीत राहतात. जिवंत हाडामांसाच्या माणसांऐवजी पाषाणांच्या निर्जीव देवापुढे आपला प्रकाश उधळतात. त्यांच्यामध्ये देहाचा होम करणाऱ्या सतीचे पावित्र्य कुठून येणार? त्या केवळ विलासी, चंचल अप्सरा असतात.

इथे खांडेकरांनी धनिकाच्या घरचे विजेचे दिवे आणि दगडी देवापुढे नंदादीपात जळणाऱ्या ज्योती यांच्या रूपाने आजच्या समाजव्यवस्थेचे विपरीत स्वरूप स्पष्ट केले आहे. धनिक श्रीमंतीच्या धुंदीत नाना तऱ्हेचे सुखविलास भोगू शकतात. धर्माचा आणि देवाचा उदोउदो करण्यासाठी अमाप संपत्तीची उधळपट्टी होते. परंतु गरिबांचे दारिद्र्य दूर करावे, त्यांच्या दुःखी जीवनात आशेचा प्रकाश उजळावा, या दृष्टीने धनिकांघरचे विद्युद्दीप किंवा मंदिरात तेवणारे नंदादीप सारखेच निर्दय, हृदयशून्य आहेत. म्हणून कवी शेवटी ध्येयवादी जीवाला म्हणतो :

धाव म्हणुनि तव घेउनि पणती
हृदय नाचु दे तिजसांगाती
सोन्याचे घर - दिसते माती
रे, पाहसि मागे वळुनि किती?

धनिकांघरच्या किंवा मंदिरातल्या दिव्यांकडे आशाळभूतपणे कशाला बघतोस? त्यांचा तुला काही उपयोग होणार नाही. तू आपली मातीची पणती घेऊन बाहेरच्या काळोखात धाव घे. तिथे प्रकाश फुलव. तेवणाऱ्या ज्योतीमुळे ती मातीची पणती कशी उजळली आहे, पाहा. तिला सोन्याच्या घराची कळा आली आहे. अशा वेळी आपल्या घराचा मोह कशाला बाळगतोस? त्याच्याकडे पुन्हा पुन्हा मागे वळून का बघतोस? मागे संकुचित जीवन आहे, तर पुढे तुझे अगणित दीनदुबळे बांधव आहेत. त्यांच्याकडे तू नजर टाक. तुझ्या पणतीच्या ज्योतीने त्यांना रविकिरणांचे स्मरण होईल. त्यांच्या डोळ्यांत आशा नाचू लागेल; आणि एवढे जरी तू करू शकलास, तरी ते पुरेसे आहे. मग दुसऱ्या क्षणी ही पणती जरी विझून गेली, तरी तिची क्षिती कोण करील?

खांडेकरांची ही कविता वाचताना रवींद्रनाथ टागोर यांच्या एका छोट्या कवितेचे मला स्मरण झाले. तिचा आशय असा आहे : सूर्य मावळला, सारे चराचर विश्व काळोखात बुडून गेले. आता आपल्याला प्रकाश कसा, कुठून मिळणार, म्हणून सारे भयभीत होऊन एकमेकांकडे टकमक बघू लागले. अशा वेळी मातीची एक चिमुकली पणती पुढे आली आणि ती नम्रपणे म्हणाली,

'माझी शक्ती मर्यादित आहे. माझी ज्योत चिमुकली आहे. पण त्या ज्योतीनेच माझ्या कुवतीप्रमाणे मी या जगाला जमेल तेवढा प्रकाश देईन. ते उजळण्याचा प्रयत्न करीन.'

खांडेकरांच्या या कवितेतले तत्त्वज्ञानही तेच आहे. सर्व आयुष्यभर त्यांनी जगातली विषमता, दारिद्र्य, अन्याय दूर करण्यासाठी आपली लेखनशक्ती खर्ची घातली. त्यांच्या लेखनाचे, जीवनाचे सारे मर्म या कवितेच्या द्वारा त्यांनी थोडक्यात, पण प्रभावीपणे व्यक्त केले आहे.

■

सांज

गाउलीच्या पावलांत
सांज घरा आली
तुंबलेल्या आंचळांत
सांज भरा आली ।

आतुरल्या हंबराचा
सांज कान झाली
शिणलेल्या डोळुल्यांचा
सांज प्राण झाली ।

माउलीच्या वातीतून
सांज तेज ल्याली
माउलीच्या गीतातून
सांज भाव प्याली ।

माउलीच्या अंकावर
सांज फूल झाली
फुलासाठी निदसुरी
सांज भूल झाली ।

वहिनीच्या हातांतून
सांज सुधा झाली
वहिनीच्या हातासाठी
सांज क्षुधा झाली ।

वहिनीच्या मुखासाठी
सांज चंद्र झाली
वहिनीच्या सुखासाठी
सांज मंद्र झाली ॥

— बी. रघुनाथ

बी. रघुनाथ

'**सां**ज' ही कविता मराठवाड्यातले सुप्रसिद्ध कवी बी. रघुनाथ यांची आहे. बी. रघुनाथ या टोपणनावाने लेखन करणाऱ्या या कवीचे संपूर्ण नाव भगवंत रघुनाथ कुलकर्णी. परभणी जिल्ह्यातील सातोना हे बी. रघुनाथ यांचे मूळ गाव. तिथेच एकोणीसशे तेरा साली त्यांचा जन्म झाला. घरच्या प्रतिकूल परिस्थितीमुळे बी. रघुनाथ यांना मॅट्रिकच्या पुढे शिक्षण घेता आले नाही आणि परभणी इथे सरकारी बांधकाम खात्यात त्यांना कनिष्ठ कारकुनाची नोकरी करावी लागली. या नोकरीत असतानाच एकोणीसशे त्रेपन्न साली ऑफिसात काम करता–करता हृदयक्रिया बंद पडून बी. रघुनाथ यांचे अकस्मात निधन झाले. मृत्युसमयी त्यांचे वय पुरते चाळीस वर्षांचेदेखील नव्हते!

घरची परिस्थिती दारिद्र्याची. नोकरी सरंजामशाही जुलमी राजवटीतली. उच्च शिक्षणाचा अभाव. त्यात आयुष्यही फार अल्प लाभलेले. तथापि, अशा या सर्वथा प्रतिकूल अवस्थेतही बी. रघुनाथ यांच्या अंगच्या प्रतिभागुणांचा विकास झाल्यावाचून राहिला नाही. ते देणे त्यांना जन्मतःच लाभलेले होते आणि भरपूर वाचन, गाढ व्यासंग, समकालीन साहित्यविश्वाचे केलेले परिशीलन यांच्या योगाने त्यांनी आपल्या लेखनातली गुणवत्ता प्रयत्नपूर्वक जोपासली होती. कविता, कथा आणि कादंबरी या तिन्ही वाङ्मयप्रकारांत आपल्या मर्यादित जीवनातही त्यांनी लक्षणीय यश संपादन केले होते. विशेषतः त्यांच्या कवितांनी त्या काळात रसिकांचे लक्ष वेधून घेतले होते. प्रारंभी '*आलाप आणि विलाप*' व नंतर '*पुन्हा नभाच्या लाल कडा*' अशी कवितांची दोन संकलने त्यांच्या नावावर रुजू आहेत. मध्यंतरी बी. रघुनाथांचे साहित्य दुर्मीळ झाले होते. पण अगदी अलीकडे परभणी इथून त्यांचे समग्र साहित्य तीन खंडांत आकर्षक स्वरूपात पुनर्मुद्रित झाले आहे. त्यामध्ये 'कविता' या पहिल्या खंडात बी. रघुनाथ यांच्या पूर्वप्रकाशित आणि अप्रकाशित अशा सर्वच कविता संपादकांनी मोठ्या साक्षेपाने प्रसिद्ध केल्या आहेत. ही एकूण काव्यनिर्मिती संख्येने तशी फार म्हणता येणार

नाही; परंतु त्या मोजक्या कवितांतूनही बी. रघुनाथ यांचे काव्यगुण ठळकपणे प्रकटलेले दिसतात.

तरुण वयातच काव्यलेखनाला प्रारंभ केल्यामुळे रविकिरण मंडळातले समकालीन कवी किंवा नंतरचे ना. घ. देशपांडे, बा. भ. बोरकर यांच्यासारखे कवी यांची काहीशी छाप बी. रघुनाथ यांच्या कवितांवर उमटलेली दिसते. तत्कालीन ध्रुपदप्रधान गेय-रचना, सुनीतरचना अशा रचनात्मक विशेषांचाही त्यांनी अवलंब केलेला दिसतो. तरी त्यांच्या कवितेत त्यांची स्वतःची म्हणून काही वैशिष्ट्ये प्रकट झाली आहेत, हे नाकारता येत नाही.

अनेक कवितांतून बी. रघुनाथ अगदी आधुनिक शैलीचा प्रत्यय देतात. एखादी भावस्थिती मोजक्या शब्दांत आणि चित्रमय पद्धतीने रेखाटण्याचे त्यांचे कौशल्य मन स्तिमित करते. प्रणयाची धुंद उत्कटता, स्त्रीच्या लावण्याची मादक वर्णने, गूढ आणि तरल मनोभावनांचे सूक्ष्म चित्रण, क्वचित सामाजिक विषमतेची व अन्यायाची तीव्र जाणीव – बी. रघुनाथांच्या कवितेचे हे काही ठळक विशेष आहेत. समर्पक शब्दयोजना आणि अर्थपूर्ण प्रतिमांचा वापर यामुळे त्यांच्या अनेक कविता आजही ताज्या टवटवीत वाटतात. त्यांची एखादी कविता तर केवळ प्रतिमांच्या द्वाराच विशिष्ट दृश्य किंवा वातावरण परिणामकारक रीतीने आपल्यासमोर साक्षात करते. 'सांज' ही अशीच एक लक्षणीय, सुंदर कविता.

मराठी कवितेत संध्याकाळची वर्णने वैपुल्याने विखुरलेली आहेत आणि प्रत्येक कवीच्या वृत्तिवैशिष्ट्यानुसार ती त्या काळाचा प्रत्यय वेगवेगळ्या प्रकारांनी आपणास देतात. विश्वमंदिरात पाऊल टाकणारी सांजवेळ भोवतालच्या स्वागतशील वातावरणाने कशी बावरून जाते, ते सांगताना बोरकर म्हणतात :

झाले छायार्द्र नेत्र भूमिमाउलीचे
वात्सल्ये जड झाले पयद गाउलींचे
स्वागत हे भावोत्कट बघुन बावरी ही

तर तांब्यांसारख्या कवीला संध्याकाळ म्हणजे संपत आलेल्या जीवनाची सूचना वाटते आणि ते खिन्न उद्‌गार काढतात :

ढळला, रे, ढळला दिन, सखया
संध्याछाया भिवविती हृदया
अता मधूचे नाव कासया
लागले नेत्र, रे, पैलतिरी!

बी. रघुनाथ यांची 'सांज' ही कविता म्हणजे सांजवेळेच्या विविध अवस्थांचे, दृश्यांचे प्रतिमांच्या द्वारा रेखांकन करणारी एक सुंदर चित्रमालिका आहे. सांजेशी निगडित असणाऱ्या निरनिराळ्या भाववृत्ती तर या प्रतिमांमधून व्यक्त झालेल्या आहेतच, पण त्या प्रत्येक भाववृत्तीतून सांजवेळच जिवंतपणे साकार झाल्याचा प्रत्ययही कवीने दिला आहे. ही सांज अनेक रूपे लेवून येते. यावेळी रानात चरायला गेलेल्या गाई परत घरी येतात आणि गोठ्यामध्ये डोळ्यांत प्राण आणून या गाउल्यांची प्रतीक्षा करणारी वासरे त्यांची चाहूल येताच कान टवकारतात, आतुरतेने हंबरतात. वासरांच्या ओढीने घरी परतणाऱ्या गाईंची आचळेही दुधाने तुडुंब भरून तटतटतात. हे सारे भाव सांजेवर आरोपित करून कवी म्हणतो :

गाउलीच्या पाउलांत
सांज घरा आली
तुंबलेल्या आंचळांत
सांज भरा आली ।

आतुरल्या हंबराचा
सांज कान झाली
शिणलेल्या डोळुल्यांचा
सांज प्राण झाली ।

गाईवासरांच्या प्रतिमांतून साकार झालेली ही सांजवेळ आता मानवी जीवनातली इतर भावचित्रेही तितक्याच उत्कटपणे रेखाटते. त्यातून खेड्यातली, मध्यम वस्तीच्या गावातली सांज वेगवेगळ्या हृद्य दृश्यांतून मूर्तिमंत उभी राहते. स्पर्श, गंध, चित्र, नाद, रुची अशा विविध संवेदना जागृत करत ती आपल्या मनाशी संवाद साधते. संध्याकाळी घराघरांतून दिव्यांच्या वाती उजळतात. मंद तेज भोवती पसरते. मायमाउली आपल्या बाळाला मांडीवर घेऊन आंदुळते आणि मग त्याच्या निदसुऱ्या - म्हणजेच झोपेने पेंगुळलेल्या– डोळ्यांमध्ये एक मखमली सुंदर भूल हळूहळू पसरू लागते. या सर्व दृश्यांमध्ये सजीव, साकार झाली आहे, ती सांज. तीच गाय, तीच वासरू, तीच माय, तीच लेकरू. ती उजळलेल्या वातीतून तेज लेवून येते, तर मातेच्या अंगाईगीतातून भाव पिऊन येते. मातेच्या मांडीवर ती फुलासारखे कोमल बाळ होते आणि त्याच्या निदसुऱ्या डोळ्यांत ती भूल होते.

हे सारे सुंदर चित्र कवी पुढील शब्दांत रेखाटतो :

माउलीच्या वातीतून
सांज तेज ल्याली
माउलीच्या गीतातून
सांज भाव प्याली ।

माउलीच्या अंकावर
सांज फूल झाली
फुलासाठी निदसुरी
सांज भूल झाली ।

सांजेच्या या रम्य वातावरणात एक अत्यंत स्निग्ध, हृद्य अशी कौटुंबिकता आहे. या कौटुंबिकतेचा केंद्रबिंदू आहे, ती घराघरांतून वावरणारी वहिनी. वहिनीभोवती अनेक प्रेमळ भावानुभवांचे संदर्भ निगडित झालेले असतात. ती कुणाची तरी सून असते. कुणाची तरी पत्नी असते. लहानग्या बाळाची ती पोरसवदा आई असते. पण मुख्य म्हणजे, ती वहिनी असते. केवळ दिरानणंदांचीच नव्हे, तर आप्तनातेवाइकांची, गडीमाणसांची, आल्यागेल्याचीही ती वहिनीच असते. 'वहिनी' या नावातच एक विलक्षण जादू असते. घरगुती आपलेपण असते. वहिनी दिवसभर घरात राबत असते. सर्वत्र तिचा प्रसन्न हसतमुख वावर असतो. त्याबरोबरच रुचिपूर्ण अन्न सिद्ध करून साऱ्यांना जेवू घालणारी ती साक्षात अन्नपूर्णा असते. तिने केलेल्या स्वैपाकाला अमृताची चव असते आणि तो घास आपल्या मुखी जावा, म्हणून सर्व घर भुकेले असते. घरात येणारी सांज रानातून परतणारी गाउली, तेवणारी ज्योत, मंद सुरातली अंगाई, वत्सल माता आणि तिच्या मांडीवरचे गोजिरवाणे तान्हे बाळ अशा वेगवेगळ्या दृश्यांमधून साकार होत-होत शेवटी ती या वहिनीपाशी येते. मग वहिनीच्या हातातून स्त्रवणारे ती अमृत होते, तर तिच्या रुचकर घासासाठी ती क्षुधा होते. आणि मग?– मग सर्व घरात केंद्रस्थानी असणाऱ्या; साऱ्यांच्या सुखासमाधानासाठी सतत राबणाऱ्या, प्रेमळ, प्रसन्न आणि स्नेहशील अशा या वहिनीसाठी सांज कोणते रूप धारण करते? तर वहिनीच्या मुखावर चंद्र होऊन ती शीतल चांदण्यांचा वर्षाव करते; आणि तिच्या सुखनिद्रेसाठी ती मंद्र संगीताचा आश्वासक सूर बनते.

वहिनीच्या मुखासाठी
सांज चंद्र झाली
वहिनीच्या सुखासाठी
सांज मंद्र झाली

असे हे विविध प्रतिमांच्या मालिकेतून आपल्या मनाशी भिडत येणारे सुंदर सांजचित्रण. तशी ही सांज सांकेतिक, पारंपरिक आहे. गाई, वासरे, दिव्यात तेवणारी वात, अंगाईचे सूर आणि पेंगुळलेले मूल, घराघरांत राबणारी वहिनी— सारे तपशील सर्वपरिचित आहेत. पण त्यांचे चित्र रेखाटताना कवी जेव्हा सांजेचेच मानुषीकरण करतो, मानवी भावनांचा तिच्यावर आरोप करतो, तेव्हा ती सांज वेगवेगळ्या प्रतिमांतून अधिकाधिक संवेद्य, सजीव, साकार होत जाते. तिच्याभोवती विविध अर्थवलये उमटतात आणि तिला केवढे सौंदर्य, केवढी प्रत्ययकारिता येते! कवी म्हणून बी. रघुनाथ यांची पृथगात्मता जाणवते, ती इथे!

■

विसरता विसरेना

विसरता विसरेना
खेड्यातली पाठशाळा
ऊब तुझ्या सान्निध्याची
तुझा मोरपंखी डोळा

विसरता विसरेना
रायआवळ्याचे झाड
भुकेजल्या हाता चावे
भुऱ्या रेशमाची लड

विसरता विसरेना
शुक्र ओढ्यातील वाळू
रागे रागे लाल झाला
तुझा पदर मायाळू!

विसरता विसरेना
हातकंदील तो रिता
अंधारात पोळलेली
'राम' कवीची कविता

विसरता विसरेना
चढउतार जिन्यांचा
सोनकांतीत जडला
स्पर्श अंधुक मिन्याचा!

विसरता विसरेना
तुझी गोरी अंगलट
देव जैनांचा नागडा
वास दीपाचा ओशट...

विसरता विसरेना
प्राजक्ताची फुलझड
कुरवाळीत पारंबी
खोकलेला वृद्ध वड

विसरता विसरेना
तुझ्यामाझ्यात दुरावा
उगा केव्हा तरी येतो
ओठांडोळ्यांना ओलावा

— ग. दि. माडगूळकर

ग. दि. माडगूळकर

ग. दि. माडगूळकर हे मराठी वाचकांना परिचित आहेत, हे प्रामुख्याने नामांकित गीतकार आणि सुप्रसिद्ध *गीतरामायणाचे* लेखक म्हणून. चित्रपटगीतांच्या क्षेत्रातील त्यांची कामगिरी फार श्रेष्ठ दर्जाची आहे; परंतु त्याव्यतिरिक्तही इतर अनेक प्रकारचे तोलामोलाचे लेखन त्यांनी केले आहे. कादंबरी, कथा, ललित लेखन, आत्मकथन, व्यक्तिचित्रे असे विविध गद्यप्रकार त्यांनी रसिकतेने आणि ताकदीने हाताळले आहेत. या साऱ्या लेखनात त्यांच्या स्वतंत्र कवितालेखनाकडे काहीसे दुर्लक्ष झालेले दिसते.

वस्तुत: *जत्रेच्या रात्री, गीत हवे का, गीत?, साताऱ्याची तऱ्हा, मृग, पूजास्थान* यासारख्या त्यांच्या कविता त्यांच्या काव्यात्म वृत्तीची एक वेगळी शक्ती दाखवणाऱ्या आणि म्हणून लक्षणीय आहेत; परंतु समीक्षकांनी विशिष्ट वाङ्मयीन मोजपट्ट्या वापरून, तर सर्वसामान्य वाचकांनी अनवधानाने त्यांच्या कवितांची घ्यावी तशी सहृदय दखल घेतली नाही. त्यांच्या *गीतरामायणाची* व चित्रपटगीतांची असामान्य लोकप्रियता त्यांच्या कवितेच्या रसग्रहणाआड आली. कवी आणि गीतकार या दोहोंची तुलना करून गीतकाराचे अवमूल्यन करण्याची प्रथाही आपल्याकडे काही काळ रूढ झाली होती. पण आता सुरेश भट, मंगेश पाडगावकर, ना. धों. महानोर असे अव्वल दर्जाचे कवीही लक्षणीय गीते लिहू लागल्यामुळे समीक्षक थोडे अडचणीत आले आहेत, की काय, अशी शंका येते.

वस्तुत: कविता आणि गीत हे दोन्ही रचनाप्रकार आपापल्या परीने सर्जनशील प्रतिभेचेच वेगवेगळे आविष्कार आहेत आणि मुळात चांगले गीत हे त्याच्या ठायी काही काव्यगुण असल्याशिवाय सहसा रसिकांना वेधून घेत नाही. तथापि, कविता आणि गीत यातले श्रेष्ठ-कनिष्ठत्व ठरवणे हा या लेखनाचा हेतूही नाही. *जोगिया* आणि *पूरिया* हे दोन स्वतंत्र काव्यसंग्रह माडगूळकरांच्या नावावर रुजू आहेत. त्यापैकी माडगूळकरांच्या एका सुंदर कवितेचा आज परिचय करून

घ्यायचा आहे. *जोगिया*मधून *विसरता विसरेना* ही कविता घेतलेली आहे.

माडगूळकरांच्या ज्या कविता रसिकांना परिचित आहेत, त्यापैकी ही कविता नाही. ही एक प्रेमकविता आहे. हे प्रेमही धीट, उत्कट, शृंगाराचा आविष्कार करणारे किंवा माडगूळकरांच्या काही प्रेमकवितांत असते, त्याप्रमाणे लावणीच्या अंगाने जाणारेही नाही. त्यात प्रीतीचा रंग आहे; पण ते प्रेम भित्रे, निरागस, शैशवकाळात फुललेले आणि त्या काळातले भाबडेपण व्यक्त करणारे आहे. ते पाठशाळेत निर्माण झालेले, निसर्गाच्या संगतीत बहरलेले, कोवळ्या भावनांच्या छटा घेऊन आलेले आणि शेवटी मीलनात परिणत न होता तसेच अस्फुट राहिलेले असे आहे. त्यातले तपशीलही स्पष्ट नाहीत. ते संदिग्ध आहेत.

शाळेत झालेला परिचय पुढे क्रमाक्रमाने वाढत गेला आहे. रायआवळ्याचे झाड, शुक्र (नावाच्या तेथील) ओढ्यातली वाळू, काळोखात केवळ स्मरणाने अनुभवलेली आणि कदाचित चटके देऊन गेलेली 'राम' कवीची– म्हणजे माडगूळकरांना अत्यंत प्रिय असलेल्या राम गणेश गडकरी या प्रतिभासंपन्न कवीची कविता, स्पर्शाचे ओझरते, पण मनोज्ञ सुख देणारा जिन्यातला चढउतार, माडगूळकरांच्या लेखनात ज्याचा अनेकदा संदर्भ येतो, ती जैनांची 'बस्ती' म्हणजे देवस्थान, प्राजक्ताची फुलझड आणि शैशवातल्या मुग्ध प्रणयलीला बघत मिस्कीलपणाने खोकणारा, पारंबी कुरवाळणारा वृद्ध वड या साऱ्यांचे कवितेत संदर्भ येतात आणि त्यांच्या योगाने कवितेतील अनुभवाचे अस्सलपण मनावर रेखीव चित्र उमटवत जाते.

या कवितेत एक 'ती' आहे आणि एक 'तो' आहे. तो म्हणजे स्वत: कवीलाच असावा, इतके इथल्या अनुभवकथनात आणि व्यक्तीच्या उल्लेखात प्रत्ययकारित्व आहे. शाळकरी वयात भेटलेल्या, भावनिकदृष्ट्या खूप जवळ आलेल्या एका बालवल्लभेचे चित्र कवीने इथे रेखाटलेले आहे. पण ते चित्र अगदी संदिग्ध, धूसर, केवळ सूचक असे आहे. काही तपशिलांच्या द्वाराच कवीने तिचे दर्शन आपल्याला घडवले आहे. मात्र हे तपशील केवळ तपशिलासाठीच किंवा काव्यातील अलंकरणासाठी येत नाहीत. त्यांच्यामागे एकेक घटना उभी आहे आणि त्या घटनेतून कवितेतील प्रियकर-प्रेयसीच्या प्रेमामधल्या अनेक आठवणी, झिरझिरीत पडद्यामागून दिसाव्यात, तशा आपल्याला दिसतात, उमगतात. त्यातल्या भावमाधुर्याचे आकलन होत राहते. इथे आणखी एक गोष्ट ध्यानात घेण्याजोगी आहे. कवितेचे शीर्षक अर्थपूर्ण आहे. *विसरता विसरेना* या शब्दांतून त्या बालप्रणयाची विफलता आणि तरीही कविमनात कायम राहून गेलेल्या त्यातल्या अनेक आठवणी कवी सुचवतो. त्या शब्दसंहतींची प्रत्येक कडव्यात झालेली पुनरुक्ती आज जीवनातून कायमच्या दूर झालेल्या बालसखीच्या

उरलेल्या स्मृतींची सूचक आहे. कवितेचा शेवट कवी या शब्दांत करतो :

विसरता विसरेना
तुझ्यामाझ्यांत दुरावा
उगा केव्हातरी येतो
ओठांडोळ्यांना ओलावा.

प्रेयसीचा कुठेही साक्षात उल्लेख न करता तिच्याशी निगडित झालेली एकेक घटना कवी कशी देतो, हे बघण्याजोगे आहे. चित्रात्मकता हे माडगूळकरांच्या काव्याचे एक ठळक वैशिष्ट्य आहे. त्यांची चित्रपटगीते इतकी यशस्वी होण्याचे एक कारण चित्रपटमाध्यमाला अत्यावश्यक असलेली दृश्यात्मकता माडगूळकरांच्या गीतांत असते, हे आहे. तोच त्यांचा काव्यगुण या कवितेतील प्रत्येक कडव्यात प्रकट झाला आहे. कवितेतले पहिले कडवे कवीचे आपल्या बालमैत्रिणीशी जडलेले नाते व त्यातला गोडवा सूचित करते :

विसरता विसरेना
खेड्यातली पाठशाळा
ऊब तुझ्या सान्निध्याची
तुझा मोरपंखी डोळा.

कवीला ही सखी पाठशाळेत प्रथम भेटली. तिच्या सान्निध्यात त्याला एक अनामिक, आजवर कधी न अनुभवलेली ऊब लाभली. ती ऊब आणि तिचा मोरपंखी डोळा याचा त्याला विसर पडत नाही. इथे *मोरपंखी* हे डोळ्याला दिलेले विशेषण अर्थाच्या विविध छटा सुचवून जाते. मोरपिसाची थरथर, त्याचे फिरते बदलते रंग, त्याचे झळझळीतपण– सारे कवीला मैत्रिणीच्या डोळ्यांत दिसले, जाणवले. ही ओळख क्रमाक्रमाने वाढत गेली. मग कधी लडिवाळ रागरुसवा, कधी खरोखरीचे भांडण, कधी काळोखात अभावितपणे लाभलेली जवळीक, प्रत्यक्ष स्पर्शाची वाढणारी ओढ, पण त्याबरोबर कौमार्यावस्थेत स्पर्श टाळण्याची साहजिक प्रवृत्ती– हे सारे नंतर घडत गेलेले दिसते.

विसरता विसरेना
रायआवळ्याचे झाड
भुकेजल्या हाता चावे
भुऱ्या रेशमाची लड

विसरता विसरेना
शुक्र ओढ्यातली वाळू
रागे रागे लाल झाला
तुझा पदर मायाळू!

शाळेच्या आवारातले रायआवळ्याचे झाड. ते एका कृतक प्रणयकलहाची साक्ष देते. कवीची ओंजळ रायआवळ्यांनी भरून गेलेली आहे. ती बालमैत्रीण एका बालिश आतुरतेने ओंजळीतल्या रायआवळ्यांवर झडप घालते. तिला रायआवळ्यांची आंबट गोडी हवीशी वाटते. पण यौवनात जाग्या होऊ लागलेल्या सहज स्पर्शातुरतेमुळे कवीच्या हाताला मात्र तिच्याशी थोडी लगट करावीशी वाटते. तिने कदाचित आपले तोंडच कवीच्या ओंजळीतल्या रायआवळ्यात बुडविले असेल. त्याच्या 'भुकेजल्या' हातांना मात्र अगदी अनपेक्षितपणे तिच्या मऊ भुऱ्या रेशमी केसांच्या लडीचा उत्कट स्पर्श होतो. तेव्हा त्या लडी त्याच्या जणू 'चावा' घेतात. त्या अभिनव स्पर्शसुखाचा त्याला विसर पडता पडत नाही. त्या ओझरत्या स्पर्शामुळे कदाचित अधिक धीट झालेल्या प्रियकराने शुक्र ओढ्यातल्या वाळवंटावर, तिथल्या एकान्ताचा फायदा घेऊन, तिला कदाचित जवळ घेण्याचा अतिप्रसंगही केला असेल. पण बालिशपणे त्याच्या ओंजळीतले रायआवळे ओठांनी उचलणे वेगळे आणि जाणीवपूर्वक त्याला आपल्या अंगाशी झटू देणे वेगळे. तो जेव्हा तिच्याशी ही धीट सलगी करू बघतो, तेव्हा तिची काय प्रतिक्रिया होते? एरव्ही मायाळू, संरक्षक असणारा तिच्या लुगड्याचा पदर रागे रागे *लाल* होतो. मूळचाच लाल रंगाने झळझळणारा पदर आपल्यावर रागावल्यामुळे लालभडक झाला असावा, अशी विलक्षण कल्पना कवीच्या मनात तरळून जाते!

पण प्रेयसीचा हा रागरुसवा कायम टिकणारा असतो थोडाच? पुढेही उभयतांमध्ये सलगीचे, जवळिकीचे प्रसंग येतच राहतात. कधी कवीच्या छोट्याशा माळ्यासारख्या ठेंगण्या असलेल्या खोलीत दोघे मिळून गडकऱ्यांच्या आवडत्या कवितांचे सहवाचन करीत असतील. वेळ रात्रीची. जवळ फिकट पिवळा प्रकाश सांडणारा हातकंदील. अचानक त्यातले तेल संपते. दिवा विझतो आणि अभावितपणे लाभलेल्या त्या सहृदय काळोखाने दोघांना भयकारक; तरीही हवाहवासा वाटणारा एकांत मिळवून दिलेला असतो. स्वत:च्याही नकळत त्या उभयतांनी थोड्या भीतीने, थोड्या उत्सुकतेने स्पर्शाचा ओझरता आनंद अनुभवलाच असेल. पण तो भित्रा स्पर्श सदभिरुचीच्या मर्यादा ओलांडत नाही. दोघे स्पर्श होताच चपापून दूर सरकली असतील. एखादे पुसट चुंबन फार तर घेतले, न घेतले, इतकेच

घडले असेल. क्षणाचे स्पर्शसुख ओसरले. 'राम' कवीची प्रणयोत्कट धुंद कविता मात्र तनामनाला 'पोळत' राहिली. या स्पर्शाचा अधिक धीट, स्पष्ट आणि उत्कट अनुभव पुढे दोघांनी घेतला असेल. पण तिथे फक्त त्या त्या स्थळांचे उल्लेख कवी करतो. अंधाऱ्या जिन्यात चढउतार करताना कदाचित त्या तरुण, आतुर देहांनाच डोळे फुटले असतील आणि मग काय घडले?

सोनकान्तीत जडला
स्पर्श अंधुक मिन्याचा!

या दोन ओळीत स्पर्शाचे किती सुंदर चित्र आणि तेही किती संयमपूर्वक कवीने रेखाटले आहे. तिच्या सोनकांतीच्या देहावर कवीच्या सावळ्या देहाचा स्पर्श जडला. जणू सोन्यावर मिन्याचे नक्षीकाम उमटले. मिन्याचा रंग हिरवट–सावळा असतो. सोन्यावर मिना जडवावा, तसा तिच्या सोनेरी देहकान्तीला कविस्पर्शाचा मिना किंचित जडला, न जडला, इतकेच! पण जिन्यातला त्या अस्फुट स्पर्शसुखाचा विसर आजही पडलेला नाही.

हीच स्पर्शोत्कट भावना पुढे आणखी एका ठिकाणी दोघांनी अनुभवलेली दिसते. माडगूळकर माणदेशातल्या आपल्या गावी जिथे राहत होते, तिथे जवळच जैनांची 'बस्ती' होती. बस्ती म्हणजे जैनांचे देवस्थान. तिथे जैनांचा दिगंबर देव शांतपणे उभा होता. दिव्याचा ओशट वास वातावरणात भरून राहिला होता. सभोवती पूर्ण एकांत आणि संथपणे श्वास घेणारी शांतता. त्या निर्मनुष्य वातावरणात देवाच्या साक्षीने पुन्हा एकदा दोघं जवळ आली असतील. पण तीही अगदी ओझरती. नीतीच्या मर्यादा न ओलांडता. कसलाही अतिरेकी आवेग प्रकट न करता. इथे कवीला तिची गोरी अंगलट दिसली. दिसली आणि पुन्हा लपली. लज्जेच्या आवरणात. ते सारे कवीला अजून आठवते.

शाळकरी वयातले, देहाच्या आणि मनाच्या अस्फुट उमलत्या अवस्थेत अनुभवलेले कोवळ्या प्रणयाचे हे चुटपुटते आविष्कार. कधी शाळेचे आवार, कधी गावालगत वाहणारा शुक्र ओढा आणि तिथले निर्जन वाळवंट, कधी अचानक जवळिकीची संधी देणारा काळोखात बुडालेला माळा, कधी अंधारा जिना, कधी जैनांचे मंदिर– त्या त्या स्थळाच्या साक्षीने घडलेले प्रणयप्रसंग, झालेली सलगी, प्राजक्ताची टपटपणारी फुलझड आणि गावातल्या अनेक प्रणयक्रीडा बघत आलेला, ते निरागस खेळ बघून स्वत:शीच हसणारा, पारंबीची दाढी कुरवाळणारा वृद्ध वत्सल वड, त्याचे मिस्कील खोकणे– अशा अगदी मोजक्या उल्लेखांतून ही कोमलहृदय प्रेमकथा माडगूळकर आपल्यापुढे हळुवारपणे उलगडतात. ही कविता त्यांची असेल, कदाचित दुसऱ्या कुणाची कथाही त्यांनी

साक्षिभावाने पाहिली असेल, पण कथेतले रंग मात्र पूर्णत: खासगी, व्यक्तिगत आहेत. त्यामुळे माडगूळकरांनी आपलाच प्रणयानुभव इथे निवेदन केला असावा, असे वाटण्याइतकी प्रत्ययकारिता कवितेत उतरली आहे.

या कवितेचे आणखी एक वैशिष्ट्य इथे सांगायला हवे. माडगूळकर हे सामान्यत: मराठी कवितेची पूर्वपरंपरा पाळून काव्यलेखन करणारे कवी आहेत. नवकवितेबद्दल, विशेषत: तिच्यातली दुर्बोधता, प्रतिमा-प्रतीकांत अनेकदा डोकावणारा बीभत्सपणा आणि वैफल्यवाद यांच्याविरुद्ध त्यांनी अनेकदा पोटतिडिकीने लिहिले आहे. तरीही मर्ढेकरांसारख्या नवकवितेच्या प्रणेत्याबद्दल त्यांना मनातून आदर होता. *जोगियाला* प्रस्तावनेदाखल त्यांनी मर्ढेकरांचे त्यांना आलेले कौतुकपूर्ण पत्र अभिमानाने छापले आहे. त्याबरोबरच त्यांच्यामधल्या जन्मजात कवीने मराठी नवकाव्याची नावीन्यपूर्ण शब्दकळा आणि त्यातली अभिनव प्रतिमासृष्टीही मोठ्या प्रमाणात आत्मसात केली आहे.

त्यादृष्टीने *विसरता विसरेना* या कवितेतल्या काही सुंदर व अर्थपूर्ण प्रतिमा ध्यानात घेण्याजोग्या आहेत. *‘मोरपंखी डोळा’, ‘भुकेजल्या हातांना चावणारी भुऱ्या रेशमाची लड’, ‘रागाने लाल झालेला तिचा मायाळू पदर’, ‘अंधारात पोळलेली राम कवीची कविता’* किंवा *‘सोनकान्तीत जडलेला मिन्याचा अंधुक स्पर्श’* या प्रतिमांत जसे नावीन्य आहे, त्याप्रमाणे मूळचा आशय अधिक सूचक आणि काव्यात्म करण्याची एक वेगळी शक्तीही त्यांच्या ठायी आहे. त्या दृष्टीने पाहिले, तर ही कविता केवळ सुंदरच नव्हे, तर सर्वार्थाने ‘नवी’ही म्हणण्यास हरकत नाही.

■

अंतरिक्ष फिरलो, पण

अंतरिक्ष फिरलो, पण
गेली न उदासी
गेली न उदासी!

लागले न हाताला
काही अविनाशी
काही अविनाशी!

क्षितिज तुझ्या चरणांचे
दिसते, रे, दूर
दिसते, रे, दूर!

घेऊन मी चालु कसा
भरलेला ऊर
भरलेला ऊर!

जरि वाटे जड कळले
तळ कळला नाही
तळ कळला नाही!

जड म्हणते, 'माझा तू'
क्षितिज म्हणे, 'नाही'
क्षितिज म्हणे, 'नाही!'

अंतरिक्ष फिरलो, पण
गेली न उदासी
गेली न उदासी!

— म. म. देशपांडे

म. म. देशपांडे

काही कवी सातत्याने आणि भरपूर लिहितात. ते मोठे असतात आणि त्यांच्या अविरत चाललेल्या लेखनातून 'कवी' म्हणून त्यांचे व्यक्तिमत्त्व विकास पावताना दिसते. ते रसिकांच्या मनांवर ठसते आणि त्यातून त्यांची एक निश्चित प्रतिमा आकारास येते. कुसुमाग्रज, इंदिरा, बा. भ. बोरकर, अनिल, नारायण सुर्वे ही अलीकडच्या काळातली याची काही उदाहरणे. जुन्या काळात विपुल काव्यरचना करणारे भा. रा. तांबे यांचाही यात समावेश करता येईल. या कवींनी वैपुल्याने कविता लिहिली आणि काव्य म्हणूनही ती उत्तम आहे, असे रसिकांना जाणवलं. मुख्य म्हणजे, या कवींच्या काव्यावर त्यांची स्वत:ची अशी ठसठशीत मुद्रा आहे. इतकी स्पष्ट, की कवितेखाली त्यांचे नाव जरी नसले, तरी केवळ कवितेच्या शब्दकळेवरून, तिच्या तोंडवळ्यावरून ती अनिलांची, की बोरकरांची, तांब्यांची, की कुसुमाग्रजांची, हे आपण सहज ओळखू शकतो. इतकी त्या त्या कवीची पृथगात्मता त्यांच्या काव्याला लाभलेली असते. मधल्या कालखंडातल्या इतर काही कवींचीही नावे यासंदर्भात आणणांस आठवतील.

याउलट काही कवी अगदी मोजके लेखन करतात. ते अतिशय कसदार, अस्सल असते. सातत्याने लिहिणाऱ्या कवींना रसिकांचा जो भरघोस प्रतिसाद लाभतो, त्यांच्या नावांना साहित्यात जी प्रतिष्ठा मिळते, तसले काही या मोजके लेखन करणाऱ्या कवींच्या वाट्याला येत नाही. पुढच्या पिढीला कदाचित त्यांची नीटशी ओळखही राहत नाही. वैपुल्याने आणि सातत्याने काव्यलेखन करणाऱ्या कवीच्या वाट्याला येणारी लोकप्रियता त्यांना मिळत नाही; परंतु त्यांनी जे मोजके लेखन केलेले असते, ते साहित्यप्रेमी रसिकांच्या, चोखंदळ समीक्षकांच्या मनात आपल्यापुरते एक महत्त्वाचे स्थान मिळवून राहिलेले असते.

म. म. देशपांडे हे असे मोजके, पण अतिशय सत्त्वशील आणि कसदार लेखन करणारे कवी आहेत. त्यांचा *वनफूल* हा काव्यसंग्रह एकोणीसशे पासष्ट साली मौज प्रकाशनतर्फे प्रसिद्ध झाला. त्यातही मोजक्याच कविता आहेत. पण

या कविता ज्यावेळी मासिकांतून प्रसिद्ध होत होत्या, त्यावेळी रसिकांनी त्यांचे वेगळेपण जाणले होते आणि वाचकांच्या त्या ध्यानातही राहिल्या होत्या.

त्यांच्या प्रारंभीच्या काही कवितांवर ना. घ. देशपांडे यांच्या शैलीचा पुसट ठसा उमटलेला दिसतो. पण पुढे सर्व कवितांवर स्वत: देशपांडे यांचीच स्पष्ट छाप आहे, याची आपल्याला खात्री पटल्यावाचून राहात नाही. 'आम्ही *स्वान्त:सुखाय* म्हणजे केवळ आपल्या स्वत:च्या समाधानासाठी कविता लिहितो,' असा बहुतेक सर्व कवींचा दावा असतो. तो काही अंशी खराही असतो. सर्वच कवी केवळ प्रसिद्धीसाठी, लोकप्रियतेसाठी, लोकानुरंजनासाठी कविता लिहितात, असे म्हणणे बरोबर नाही. ते त्या कवींवर अन्याय करणारे ठरेल. कवी जसजसा नामवंत होऊ लागतो, तसतसे त्याच्या दृष्टीने वाचकांना कमी–जास्त प्रमाणात महत्त्व येऊ लागते, यात शंका नाही. दिवाळी अंक असतात, कविसंमेलने असतात, कवितेवरचे परिसंवाद असतात किंवा अन्य काही साहित्यविषयक कार्यक्रम असतात. नाही म्हटले, तरी कवी या साऱ्यांत कळत–नकळत गुंतत जातो. आपल्या लोकप्रियतेचे काही मोल त्याला द्यावे लागते. हा अनुभव सुखद असला, तरी कवींच्या एकांत आत्मसंवादात त्यामुळे काही प्रमाणात तरी विक्षेप येतो.

काही कवी मात्र या कसल्याही कार्यक्रमात स्वत:ला गुंतवून घेत नाहीत. या प्रलोभनांपासून ते कटाक्षाने दूर राहतात. त्यांची कविता आणि ते स्वत: यांचेच एक दृढ नाते जमलेले असते– आणि आश्चर्य असे, की या आत्मरत कवींची कविताही लोकांचे मन आकर्षून घेतल्याखेरीज राहत नाही. म. म. देशपांडे हे या दुसऱ्या जातीचे कवी आहेत.

पासष्ट साली *वनफूल* प्रकाशित झाल्यावर मधल्या काळात देशपांडे यांनी जवळजवळ काही लिहिले नाही, म्हटले तरी चालेल. अधून–मधून त्यांची एखादी कविता 'सत्यकथे'त वाचल्याचे आठवते. पण एकूण देशपांडे कवितेपासून दूर गेले, असेच म्हणायला हवे. त्याला काही बाह्य कारणेही होती. ग्वाल्हेरसारख्या महाराष्ट्रापासून दूर असलेल्या ठिकाणी वास्तव्य, समानशील कविमित्रांच्या संगतीचा अभाव, पुढे दुर्धर आजाराने केलेला पाठपुरावा यामुळे देशपांडे यांची कविता अगदीच संपुष्टात आली. त्यांच्या काही जिव्हाळ्याच्या मित्रांनी गतवर्षी *अंतर्देही* या नावाने त्यांचा दुसरा काव्यसंग्रह प्रसिद्ध केला आणि मधल्या काळात इतस्तत: विखुरलेल्या त्यांच्या कविता रसिकांना एकत्रित वाचण्यासाठी उपलब्ध करून दिल्या, ही एक चांगली घटना घडली. तरीदेखील म. म. देशपांडे आणि *वनफूल* यांची जी सांगड मोजक्या व चोखंदळ रसिकांच्या मनात बसली आहे, ती अद्याप तशीच कायम आहे.

वनफूल कवितासंग्रहातल्या कवितांना त्यांची स्वत:ची अशी पृथगात्मता आहे. अत्यंत साधी, पण आतून विलक्षण कसदार अशी त्या कवितांची निवेदनशैली प्रथमदर्शनी आपणाला काहीशी चकवते. तिच्या साधेपणामुळे तिच्यातून वाहणाऱ्या काव्यात्मतेचा स्रोत एकदम जाणवणे अवघड होते. या कवितांत निसर्ग आहे, प्रणयाचे विविध रंग आहेत. समाज, जीवन, परमेश्वर यासंबंधीचे काही खोल चिंतन आहे. मुख्य म्हणजे, या साऱ्यांना कवीच्या खास त्याच्याच अशा शब्दकळेची जोड लाभली आहे. त्यामुळे वरकरणी साध्या, सहज, अल्पाक्षर असणाऱ्या या कवितेने आपल्याला किती खोलवर हलवून टाकले आहे, अस्वस्थ केले आहे आणि किती दीर्घकाळ ती आपल्याला साथ देत आली आहे, याचा आजही प्रत्यय येतो आणि देशपांडे यांच्या कवितेची शक्ती कळते. सहज सहज आठवणाऱ्या वनफूलमधल्या या काही कवितापंक्ती बघाव्यात :

> – हे रस्ते सुंदर कुठे तरी जाणारे
> अन् पक्षी सुंदर काहि तरी गाणारे
> हे पक्षी गाती निरर्थ काही गाणे
> मी निरर्थकातिल भुलतो सौंदर्याने!

> – संध्येचा श्यामल हात कोवळा
> पकडू पाहतो नदीकाठचा उडता बगळा!

> – तळ्यात चांदणी न्हाते आहे
> पाहू नकोस!

अशा ओळी इतक्या वर्षांनंतरही आपल्याला आठवतात. मराठी कवितेने नंतर कितीही वळणे घेतली, तरी देशपांडे यांची कविता रसिकांना खुणावत, मुग्ध करत तशीच आपल्या जागी स्थिर आहे, जिवंत आणि चैतन्यमय आहे, याचा सुखद प्रत्यय येतो. याबाबतीत म. म. देशपांडे यांचे दुसऱ्या एका देशपांड्यांशी – ना. घ. देशपांड्यांशी – जवळचे नाते आहे, असे जाणवते.

अंतरिक्ष फिरलो, पण ही *वनफूल*मधली एक सुंदर कविता. या कवितेत कवीने आपली स्वत:ची एक व्यथा निवेदन केली आहे. पण खरे म्हटले, तर साऱ्या मानवजातीचेच ते एक सनातन दु:ख आहे. मानवप्राणी हा या जड भूमीशी, इथल्या ठाम वास्तवाशी खिळलेला आहे. कायमचा बांधलेला आहे. तरीही आकाशाचे, आकाशापलीकडे असणाऱ्या एका अगम्य शक्तीचे त्याचे आकर्षण कधीही सुटत नाही, सुटलेले नाही. शरीर जड पार्थिवाला खिळलेले

आणि मन मात्र अपार्थिवाकडे सतत झेप घेऊ बघणारे असे एक विलक्षण द्वंद माणसाच्या वाट्याला कायमचे आलेले आहे. त्या द्वंद्वाचा उल्लेख अनेक कवींच्या काव्यात आलेला आढळतो. बालकवी म्हणतात :

जीव धावतो वरवर जाया चैतन्यापाठी
परी सुटेना जड भूमीशी दृढ बसली गाठी!

कुसुमाग्रजांच्या कवितेतही भूमी आणि आकाश यांच्यामधले कवीला परस्परविरुद्ध दिशेला खेचणारे बंध अनेकदा आढळून येतात. एका कवितेत ते म्हणतात :

आकाशपण हटता हटत नाही
मातीपण मिटता मिटत नाही
आकाशमातीच्या या संघर्षात
माझ्या जखमांचे देणे फिटता फिटत नाही!

माणसांच्या जड देहाचे मातीशी - म्हणजेच या भूमीवरच्या विविध व्यवहारांशी नाते जडलेले असते. पण तो पूर्णपणे या मातीचा कधी होऊ शकत नाही. इथल्या साऱ्या सुखोपभोगांत, वासनाविकारांत, ऐहिक विलासात तो मग्न असतानाही अचानक एक उदासीनता त्याला जाणवू लागते. ती आकाशाची, अपार्थिवाची ओढ असते. या ओढीचे आणि तिच्यामुळे मनाला सतत जाणवणाऱ्या व्याकूळतेचे फार प्रत्ययकारी वर्णन देशपांडे यांनी या कवितेत केले आहे.

कवितेचा प्रारंभ या दृष्टीने एका उत्कट उदासीचा सूर छेडणारा आहे. कवी म्हणतो :

अंतरिक्ष फिरलो, पण
गेली न उदासी
गेली न उदासी!

लागले न हाताला
काही अविनाशी
काही अविनाशी!

मानवाने विशिष्ट अर्थाने आकाश जिंकले आहे. साऱ्या अंतरिक्षातून तो भ्रमण करून आला आहे. पण तरीही त्याच्या मनाची उदासीनता नाहीशी झालेली नाही. सारे विश्व फिरूनही हाताला अविनाशी, शाश्वत असे काही आले नाही. तो पृथ्वीचा आहे. तिथे तो वावरतो. सारे व्यवहार करतो. सारी सुखे

मिळवतो. मोठमोठ्या महत्त्वाकांक्षा बाळगतो आणि एका अर्थाने तो अत्यंत यशस्वीही होतो. पण हे सारे अनुभवताना व्यर्थतेची एक जाणीव सतत त्याच्या मनात सलत असते. पार्थिवापलीकडचे अगम्य असे काही त्याला हवे असते आणि ते तर त्याच्या आटोक्यात येत नाही. काय असते ते? कवी म्हणतो :

क्षितिज तुझ्या चरणांचे
दिसते, रे, दूर
दिसते, रे, दूर!

घेऊन मी चालू कसा
भरलेला ऊर
भरलेला ऊर!

या मानवाला 'त्याच्या चरणांचे क्षितिज' दूर दिसते आहे. ते त्याला खुणावते आहे. साद घालते आहे. पण पार्थिव वासनाविकारांनी, व्यवहाराच्या अनेकविध ताणांनी त्याचे हृदय व्यथित झाले आहे. 'तो' दुरावला आहे. त्याच्यापाशी जावे, तर हा 'भरलेला ऊर' घेऊन तिथपर्यंत जाता येत नाही. म्हणून कवी परमेश्वराला म्हणतो, 'तुझ्या पावलांचे क्षितिज मला नेहमी दिसते. पण हे भरलेले, जड झालेले हृदय घेऊन तिथपर्यंत मी कसा येऊ?'

इथे 'तो' म्हणजे एक दुर्लभ चैतन्य. ते दिसते, पण हाती येत नाही. ओढ लावते, पण दूर दूर सरकत राहते. या दृष्टीने 'क्षितिज तुझ्या चरणांचे' ही प्रतिमा किती सुंदर, अर्थपूर्ण आहे, ते सहज ध्यानात येईल.

साऱ्या सुखात, समाधानात ही अतृप्ती माणसाला का जाणवत असेल? अगदी साधुसंतांपासून तो कवी तत्त्ववेत्त्यांपर्यंत सर्वांना या अतृप्तीचे फणकारे सातत्याने सोसावे लागतात. माणूस जितका संवेदनशील, तितकी ही अपार्थिवाची ओढ अधिक उत्कट असते. कवी म्हणतो :

जरि वाटे जड कळले
तळ कळला नाही
जड म्हणते, 'माझा तू'
क्षितिज म्हणे, 'नाही!'

इथे माणसाच्या या अतृप्तीची काही मीमांसा कवी करतो. साऱ्या भौतिक गोष्टी आपल्या आटोक्यात आल्यावर 'जड सृष्टीचे कोडे आपल्याला उलगडले, तिच्यावर आपण विजय मिळवला,' असे क्षणिक समाधान त्याला वाटतेही. पण

त्याबरोबर आपल्या या विजयाला मर्यादा आहेत, हे त्याला उमगते. 'जडाचा उलगडा झाला; पण त्याच्या तळाशी असलेल्या चैतन्याला आपण जिंकू शकलो नाही'; *'जरि वाटे जड कळले, तळ कळला नाही'* ही हुरहुर त्याला जाणवत असते. कारण तो एका विचित्र द्वंद्वात सापडलेला आहे. ही जड सृष्टी त्याच्यावर सत्ता गाजवते. 'तू माझा आहेस', असे ती त्याला बजावून सांगते; परंतु त्याच वेळी क्षितिज त्याला म्हणते, 'नाही. तू केवळ या भूमीचा नाहीस. माझीही तुझ्यावर सत्ता आहे. मला तू संपूर्णपणे विसरू शकणार नाहीस.'

'देह मातीशी बांधलेला, पण आत्मा मात्र सतत या आकाशस्थ चैतन्यतत्त्वाकडे ओढ घेत असलेला' अशी दारुण अवस्था माणसाच्या वाट्याला आलेली आहे. ऐहिक आणि पारलौकिक, पार्थिव आणि अपार्थिव यांच्यातील हा संघर्ष सतत चालू आहे आणि मानवाचे हृदय हे त्या संघर्षाचे स्थान आहे. इंद्रियांचे चोचले कितीही पुरवले, तरी अतींद्रियाचे गूढ आकर्षण माणसावर सतत सत्ता गाजवत असते. त्या आकर्षणातून त्याची सुटका नाही. म्हणून देह भूमीला खिळावा आणि ओढ आकाशाची असावी, हे भागधेय माणसाच्या वाट्याला आलेले आहे.

जड म्हणते, 'माझा तू', क्षितिज म्हणे, 'नाही' हे खरे दुःख आहे. ते दुःख, ती उदासी म. म. देशपांडे यांनी या लहानशा कवितेत अतिशय उत्कटपणे व्यक्त केली आहे. म्हणूनच कविता वाचून प्रत्येक संवेदनशील रसिक मनातून अस्वस्थ होतो आणि *'अंतरिक्ष फिरलो, पण गेली न उदासी'* ही ओळ एखाद्या गीताच्या करुण सुरासारखी त्याच्या हृदयात सतत गुंजत राहते.

∎

तळ्याकाठी

अशा एखाद्या तळ्याच्या काठी बसून राहावे, मला वाटते,
जिथे शांतता स्वत:च निवारा शोधीत थकून आली असते.

जळाआतला हिरवा गाळ निळ्याशी मिळून असतो काही
गळून पडत असताना पान मुळी सळसळ करीत नाही

सावल्यांना भरवीत कापरे जलवलये उठवून देत
उगीच उसळी मारून मासळी, मधूनच वर नसते येत

पंख वाळवीत बदकांचा थवा वाळूत विसावा घेत असतो
दूर कोपऱ्यात एक बगळा ध्यानभंग होऊ देत नसतो

हृदयावरची विचारांची धूळ हळूहळू जिथे निवळत जाते,
अशा एखाद्या तळ्याच्या काठी बसून राहावे, मला वाटते!

– अनिल

अनिल

कवी अनिल यांचे संपूर्ण नाव आत्माराम रावजी देशपांडे. विदर्भाने जे अनेक देशपांडे कवी म्हणून मराठीला दिले, त्यात अनिलांचे नाव अग्रगण्य आहे. इतकेच नव्हे, तर आधुनिक मराठी कविमालिकेतही पहिल्या श्रेणीच्या ज्येष्ठ, प्रतिभाशाली कवींमध्ये अनिलांचा अंतर्भाव करावा लागेल.

अनिलांचे काव्य, त्यामागच्या विविध प्रेरणा यांचा विचार करताना त्यांचा सफल आणि उत्कट प्रणयजीवनाचा परिचय करून घेणे अत्यावश्यक ठरते.

अनिल पुण्याला कॉलेजमध्ये शिकत असताना तिथल्या एक सुंदर आणि बुद्धिमान विद्यार्थिनी कुमारी कुसुम जयवंत यांची आणि त्यांची ओळख झाली. लौकरच या ओळखीचे पर्यवसान परस्परांविषयीच्या गाढ अनुरागात झाले. कॉलेजच्या मुक्त, आनंदी आणि निर्भर वातावरणात हा अनुराग वाढत, विकसित होत गेला. विसाव्या शतकाच्या प्रारंभीचा तो काळ होता. जातीपातींचे निर्बंध कडक होते. तरुणतरुणींत होणाऱ्या प्रेमोद्भवाकडे काहीशा साशंकतेनेच नव्हे, तर कट्टर विरोधी दृष्टीने पाहिले जात असे. या परिस्थितीत या प्रेमिकांच्या बाबतीत विरोधाचे वादळ न उठते, तरच नवल. अनिल ब्राह्मण, तर कुसुम ही चांद्रसेनीय कायस्थ प्रभू. या जातिभेदामुळे विरोधाची धार अधिक तीव्र झाली. उभयतांमध्ये दुरावा निर्माण व्हावा, म्हणून कुसुमच्या मातापित्यांनी तिला शिक्षणासाठी इंग्लंडलादेखील पाठवले. पण दोन्ही प्रेमिकांची आपल्या प्रेमावरची श्रद्धा अढळ होती. कुसुम इंग्लंडवरून परत आल्यावर साऱ्या कौटुंबिक अडथळ्यांना तोंड देऊन अनिल व कुसुम विवाहबद्ध झाले.

विवाहानंतर कुसुम ही कुसुमावती देशपांडे या नावाने प्रसिद्धीस आली. उभयतांचे प्रेमजीवन आणि त्यांचे वाङ्मयीन जीवन यांचा जोडीने विकास होऊ लागला. अनिल हे लौकरच मराठीतले नामवंत कवी झाले. कुसुमावतींनीही उत्तम समीक्षक, विचारवंत म्हणून मराठी साहित्यात स्वतंत्र स्थान संपादन केले. एकोणीसशे अठ्ठावन्न साली मालवण येथे भरलेल्या अखिल मराठी साहित्य

संमेलनाचे मानाचे अध्यक्षपद अनिलांनी भूषविले होते. पुढे कुसुमावतीही ग्वाल्हेर इथे भरलेल्या साहित्य संमेलनाच्या अध्यक्षा झाल्या होत्या. या पतिपत्नींच्या सफल साहचर्याची, उत्कट साहित्यप्रेमाची आणि साहित्यात त्यांनी मिळवलेल्या स्वतंत्र महत्त्वपूर्ण स्थानांची ओळख करून द्यायला ही घटना पुरेशी आहे.

अनिलांनी आपले काव्यलेखन रविकिरण मंडळातील कवींच्या आगेमागे म्हणजे एकोणीसशे बावीस-तेवीस सालापासून सुरू केले. तो काळ रविकिरण मंडळातील कवींच्या प्रभावाने भारलेला होता; परंतु अनिलांचे वैशिष्ट्य हे की, त्यांच्या कवितेचा वेगळा चेहरामोहरा, तिची पृथगात्मता अगदी *'फुलवात'* या पहिल्यावहिल्या कवितासंग्रहापासून प्रत्ययाला येऊ लागली. हे वेगळेपण अनिलांनी ऐन तारुण्यात जे उत्कट प्रेम केले, त्या अनुभवातून त्यांना मिळाले. अनिल आणि कुसुमावती यांच्यामध्ये उद्भूत झालेल्या प्रणयभावनेचा जो काहीसा विस्तृत असा वृत्तान्त वर दिलेला आहे, तो याचसाठी, की अनिलांच्या कवितेमागची – विशेषत: त्यांच्या प्रेमकवितेमागची – प्रेरणा कुसुमावतींची आहे. *'कुसुमानिल'* या नावाने अनिलांनी आपल्या कॉलेजजीवनात त्यांनी व कुसुमावतींनी एकमेकांना जी पत्रे लिहिली, त्यांचा एक संग्रह नंतर प्रसिद्ध केला. त्या धुंद प्रणयाकुल अवस्थेत अनिलांनी अनेक सुंदर प्रेमकविता लिहिल्या. *'फुलवात'* हे शीर्षकही फूल (कुसुम) आणि वात म्हणजे वारा (अनिल) असे उभयतांच्या एकरूपतेचे प्रतीक म्हणून आलेले आहे.

अनिलांच्या या प्रारंभीच्या कवितेपासूनच त्यांच्या काव्याची वैशिष्ट्ये आपणास जाणवू लागतात. अभंगासारख्या मराठमोळ्या छंदाचा वापर, साधी, अनलंकृत, पण कसदार शैली, प्रणयभावनेचा मुक्त आणि नि:संकोच केलेला आविष्कार, निसर्ग आणि मानवी भावना यांच्यामधील गूढ नात्याचे चित्रण ही अनिलांच्या त्यावेळच्या कवितेची ठळक वैशिष्ट्ये आहेत. रविकिरण मंडळातल्या अनेक कवींनी – विशेषत: माधव ज्युलियन यांनी – निरपेक्ष प्रीतीचे – Platonic love – चे जे तत्त्वज्ञान हिरिरीने आपल्या कवितेतून मांडले, त्यापासून अनिलांची कविता सदैव अलिप्त राहिली. रविकिरण मंडळातील कवींची अनेकदा शब्दबंबाळ वाटणारी शैलीही त्यांनी टाळली. याच मंडळाने लोकप्रिय केलेला कृतक किंवा व्याजकाव्यात्मकतेचा स्पर्श अनिलांनी आपल्या कवितेला कधी होऊ दिला नाही. हे वेगळेपण अनिलांनी सतत जपले.

याच काळात अनिल मुक्तछंदाकडे वळले. कवितेला जातिवृत्तांची जखडणारी बंधने नसावीत, तिच्यातला भावाशय मुक्तपणे खळखळत राहावा, अशा निकडीच्या गरजेतून मराठीत मुक्तच्छंद प्रथम अवतरला. विदर्भातले एक प्रसिद्ध कवी वा. ना. देशपांडे यांनी मुक्तछंदात्मक काही कविता प्रथम लिहिल्या; परंतु तिचा

हिरिरीने आणि जाणीवपूर्वक पुरस्कार व अवलंब केला, तो अनिलांनीच. या दृष्टीने अनिल हेच मुक्तछंदाचे प्रवर्तक आहेत, असे म्हणायला हवे. मुक्तछंदात्मक काही दीर्घ काव्ये व स्फुट कविता अनिलांनी लिहिल्या. 'प्रेम आणि जीवन' हे या काळात अनिलांनी लिहिलेले मुक्तछंदातले दीर्घ काव्य.

चमनलाल धवण आणि पेरीना भरूचा यांचे परस्परांवर प्रेम जडले; परंतु चमनलाल गुजराती, तर पेरिना पारशी. उभयतांच्या लग्नाला घरांतून, समाजातून कट्टर विरोध झाला. तेव्हा या प्रणयी युगुलाने नागपूर येथील तेलंखेडी तलावात उडी घेऊन आत्महत्या केली. या दुर्दैवी घटनेने अनिलांचे संवेदनशील कविमन प्रक्षुब्ध झाले आणि त्यांनी 'प्रेम आणि जीवन' हे काव्य लिहिले. इथे अनिलांचे आणखी एक वैशिष्ट्य प्रकट झाले आहे. ते उत्कट जीवनप्रेमी, जीवनातील सर्व अनुभवसंवेदनांचा सानंद स्वीकार आणि गौरव करणारे आहेत. प्रेमभंग झाला, की मृत्यूचा स्वीकार करावा, अशी एक भावविवश विचारसरणी त्या काळात रूढ होती. ('देवदास'सारख्या सुंदर शोकात्म चित्रपटानेही त्या विचारसरणीला काही प्रमाणात हातभार लावला असावा!) अनिलांनी आपल्या काव्यात या दुबळ्या, व्याजकाव्यात्म, तथाकथित रोमँटिक विचारातील फोलपणा दाखवून दिला आहे आणि एकूण जीवनवादी विचारसरणीचा गौरव केला आहे.

अनिलांची काव्यसंपदा विपुल नसली, तरी गुणसमृद्ध, कसदार आहे. 'भग्नमूर्ती' आणि 'निर्वासित चिनी मुलास' ही त्यांची दीर्घ काव्ये, त्यांच्या वृत्तीची चिंतनशील, वैचारिक बाजू प्रकट करतात. 'पेर्तेव्हा', 'सांगाती', 'दशपदी' हे अनिलांच्या स्फुट कवितांचे संग्रह. प्रेम, निसर्गाची ओढ, सामाजिक अन्यायाविरुद्ध वाटणारी चीड, विचारगर्भता हे अनिलांच्या काव्याचे मुख्य विशेष आहेत. 'गगनि उगवला सायंतारा', 'उघड दार प्रियकरास आपुल्या', 'माझ्या फुला, उमल जरा', अशी नाजूक, उत्कट तरल प्रेमगीते लिहिणाऱ्या अनिलांनी 'केळीचे सुकले बाग', 'सारेच दीप कसे मंदावले आता' यासारख्या सामाजिक जाणिवेचा पुरस्कार करणाऱ्या आणि मानवतावादी दृष्टिकोन व्यक्त करणाऱ्या कविताही लिहिल्या आहेत. 'गगनि उगवला सायंतारा' या आपल्या सुंदर प्रेमकवितेत अनिल म्हणतात :

घाल गळा, सखी, तव कर कोमल
पसरू दे श्वासाचा परिमळ
घेई मम हृदयात निवारा
गगनि उगवला सायंतारा!

तेच अनिल आपल्या नंतरच्या एका कवितेत आपले प्रेम साऱ्या समाजालाच कसे कवेत घेणारे आहे, हे सांगताना जीवसखीला म्हणतात :

तुझी माझी प्रीत नाही निराळेपणाची
जगातल्या सुखदुःखी मिळालेपणाची

तर 'सारेच दीप कसे मंदावले आता' या कवितेत आपल्याभोवती पसरत चाललेली संवेदनाशून्य बधिरता पाहून व्यथित झालेले अनिल म्हणतात :

सारेच दीप कसे मंदावले आता?
ज्योती विझू विझू झाल्या
की झड घालून प्राण द्यावा पतंगाने
असे कुठेच तेज नाही
थिजले कसे आवाज सारे?
खडबडून करील पडसाद जागे
अशी कुणाची साद नाही?

'अन्याय घडो कोठेही चिडून उठू आम्ही' ही त्यांची कविताही लक्षणीय आहे. सामाजिक आशयाच्या अशा कवितांमुळे 'मानवतावादी कवी' हे बिरुद समीक्षकांनी अनिलांना बहाल केले होते. त्यांची कविता प्रयोगशील आहे, असेही समीक्षकांनी म्हटलेले आहे. पण अनिलांची सामाजिक आशयाची कविता हीदेखील विशुद्ध भावकविताच आहे आणि प्रयोगासाठी प्रयोग तर त्यांनी कधीच केले नाहीत. अनिल हे निखळ भावकवी आहेत. ते संपूर्ण इथल्या मातीने घडलेले कवी आहेत. या देहाच्या मातीवर, तिच्यातून जाणवणाऱ्या सर्व ऐंद्रिय संवेदनांवर त्यांनी मनःपूर्वक प्रेम केले. जीवनाचा, त्यातील कडूगोड अनुभूतींचा सारख्याच उत्कटतेने स्वीकार करणारा, असा हा कवी आहे. 'अजून यौवनात मी' या कवितेत म्हटल्याप्रमाणे ते जीवनप्रेमी आहेत आणि 'वाटेवर काटे वेचीत चाललो । वाटले, जसा फुलाफुलांत चाललो' अशा समयज्ञ आणि समंजस स्वीकारशील वृत्तीने ते जीवनाकडे बघतात. मनातल्या भावभावनांचे सूक्ष्म व संमिश्र चित्र ते अचूक रेखाटतात. प्रौढ वयात लिहिलेल्या त्यांच्या कवितांत भावनेच्या जिव्हाळ्याबरोबर गांभीर्य, अंतर्मुखता व चिंतनशीलताही प्रकट होऊ लागली होती. अनिलांची भाषा नादमधुर, लालित्यपूर्ण असून, अकृत्रिम साधेपणा हे तिचे ठळक वैशिष्ट्य आहे. अनिलांच्या कवितेचा आणखी एक विशेष आवर्जून सांगायला हवा. त्यांनी मुक्तछंदाचा पुरस्कार केलेला असला,

तरी छंदोबद्ध रचनेला ते विमुख झाले नाहीत. त्यांच्या अनेक कवितांना जाणकार संगीतकारांनी सुंदर चाली लावल्या. त्याला आवश्यक अशी गेयता, नादमयता, भाषेचा गोडवा अनिलांच्या कवितेत वैपुल्याने आहे, हेच यावरून प्रत्ययाला येते.

एकोणीसशे ब्याऐंशी साली अनिलांचे निधन झाले. आयुष्याच्या अखेरच्या काही वर्षांत अनिलांनी 'दशपदी' हा एक नवा कविताप्रकार लिहिला. 'दशपदी' म्हणजे दहा ओळींचे काव्य. सुनीत जसे चौदा ओळींचे असते, तशी 'दशपदी' ही दहा ओळींची एक बंदिस्त स्वयंपूर्ण रचना असते. एखादी नाजूक आणि तरल भाववृत्ती, मनाची एखादी चुटपुटती अस्फुट लहर, एखादे सुंदर निसर्गचित्र या 'दशपदी'मध्ये कवीने शब्दांकित केलेले असते.

'तळ्याकाठी' ही एक अशीच दशपदी आहे. जगाच्या गोंगाटाला, कोलाहलाला किंवा आपल्याच मनात निर्माण झालेल्या काही त्रस्तपणाला विटलेले कविमन एखाद्या निवांत तळ्याकाठी, निसर्गाच्या नि:शब्द सहवासात कसे हलकेहलके निवळत जाते, त्याला कसा विसावा मिळतो, याचे अकृत्रिम, साधे; पण अतिशय हृदयंगम असे चित्रण कवीने या कवितेत केले आहे. कवितेचा प्रारंभ त्या दृष्टीने बघण्यासारखा आहे :

अशा एखाद्या तळ्याच्या काठी बसून राहावे, मला वाटते.
जिथे शांतता स्वत:च निवारा शोधीत थकून आली असते.

एक तळे. ते इतके शांत, निश्चल आहे, की प्रत्यक्ष शांततादेखील थकल्याभागल्यानंतर विसावा घेण्यासाठी तिथे आलेली आहे, असे कवीला वाटते. या निश्चल तळ्याचे चित्र रेखाटताना कवीने त्याला विचलित करू शकणारे अनेक तपशील इथे दिलेले आहेत.

जळाआतला हिरवा गाळ निळ्याशी मिळून असतो काही
गळून पडत असताना पान मुळी सळसळ करीत नाही.

तळ्याचा भोवताल शांत आहे. कुठे कसला आवाज नाही. कुठे कसला गोंगाट नाही. तळ्यात गळून पडताना झाडावरचे पानसुद्धा सळसळत नाही. पाण्याच्या तळाशी तंतुमय शेवाळाचा हिरवा गाळ आहे. पण तो गाळदेखील निळ्या पाण्यात मिसळून त्याच्याशी समरस, एकरूप होऊन गेला आहे. पाण्यात वर्तुळे उमटवीत एखादी मासळीदेखील चुकून वर उसळत नाही. तळ्याकाठी दूर वाळूमध्ये बदकांचा थवा आपले ओले पंख निवांतपणे वाळवत आहे.

कोपऱ्यात एक बगळा आपल्या समाधीत मग्न असा चित्रासारखा उभा आहे. पान, मासळी, बदकांचा थवा, ध्यानमग्न बगळा या साऱ्यांमधून कवीने तळ्याचा परिसर रेखाटला आहे. हे एक सुंदर शब्दचित्र आहे. त्या ओळी मुळातूनच वाचण्याजोग्या आहेत.

सावल्यांना भरवीत कापरे जलवलये उठवून देत
उगीच उसळी मारून मासळी मधूनच वर नसते येत

पंख वाळवीत बदकांचा थवा वाळूत विसावा घेत असतो
दूर कोपऱ्यात एक बगळा ध्यानभंग होऊ देत नसतो.

या ओळीचे एक वैशिष्ट्य म्हणजे त्यात सर्वत्र भरून वाहिलेली शांतता, निश्चलता. त्यासाठी कवीने वापरलेली क्रियापदे किती अर्थपूर्ण आहेत. पान, *'सळसळत'* नाही, मासळी *'उसळी मारून'* वर येत नाही. बदकांचा थवा *'विसावा'* घेत असतो आणि दूर बाजूला एक बगळा अगदी स्तब्ध– *'ध्यानभंग'* होऊ न देता उभा असतो. हे सारे तपशील– मासळी, बदकांचा थवा, ध्यानमग्न बगळा हे सारे– तळ्याशी संबंधित आहेत. एरव्ही त्यांच्यामुळे तळे चैतन्यमय होते. गजबजून जाते. पण इथे मात्र हे सारे जीव आपली हालचाल, चलबिचल थांबवून शांत झालेले आहेत. इतके की, त्यामुळे हे तळे एखाद्या चित्रात रेखाटलेले दृश्य वाटते. कवीला अभिप्रेत असणारी शांतत, मनाला हवा असलेला विसावा केवळ तळ्याकाठीच नव्हे, तर त्याला वेढून असणाऱ्या या सर्व बारीकसारीक तपशिलांतूनही कवीने साक्षात उभा केला आहे. हा विसावा कविमनाला कसा मिळतो?

जगातल्या गोंगाटाला, कोलाहलाला, इतकेच नाही, तर स्वत:च्याही क्षुब्ध मन:स्थितीला कवी विटला आहे. त्या वातावरणापासून त्याला दूर जावेसे वाटते. मनाला विश्रांती द्यावीशी वाटते. ही विश्रांती कवीला निसर्गाच्या शांत सान्निध्यात, एखाद्या तळ्याकाठी असलेल्या नि:स्तब्धतेत लाभते. तिथे झाडाचे पानदेखील सळसळत नाही, पाण्यात उसळणारी मासळी पाण्याचा संथ पृष्ठभाग विचलित करत नाही, असे निसर्गाच्या कुशीत पहुडलेले तळे कविमनाला हे समाधान देते. जगाच्या कोलाहलापासून कवी खूप दूर आलेला असतो. निसर्ग वत्सल मातेप्रमाणे त्याला जणू आपल्या कुशीत घेऊन कुरवाळतो. त्याच्या मनातले सारे सल, साऱ्या व्यथा नाहीशा होतात. हळूहळू कविमन आणि तळे यातली आणखी काही साम्ये आपल्याला जाणवू लागतात आणि तळे हे कवीला अभिप्रेत असलेल्या निश्चल अवस्थेचे एक प्रतीक बनते. तळ्यातल्या

पाण्याचा शेवाळाचा हिरवा गाळ जसा निळ्या पाण्याशी मिसळलेला असतो, त्याप्रमाणे कविमनातली ही विचारांची धूळ निवळत–निवळत ते त्या पाण्यासारखेच निर्मळ, पारदर्शक बनते. कवी आपले वेगळेपण जणू विसरून जातो आणि तो निसर्ग, ते तळे, ती झाडे, तो बदकांचा थवा आणि तो समाधिस्थ बगळा यांच्यासह कवीदेखील त्या रमणीय निसर्गचित्राचा एक भाग बनतो.

एक अतिशय तरल आणि नाजूक भाववृत्ती तितक्याच संयमशील नाजूकतेने चित्रित करणारी ही एक सुंदर कविता आहे. जगाच्या कोलाहलाला विटलेल्या कविमनाला निसर्गाच्या सान्निध्यात, एखाद्या तळ्याकाठी त्याला हवा असलेला विसावा कसा मिळतो, हा साधा अनुभव मोजक्या, पण उत्कट शब्दांत, रेखीव आणि चित्रदर्शी रीतीने कवीने या कवितेत मांडला आहे. तळ्यातला गाळ जसजसा हलकेहलके खाली बसतो, तसा कविमनातला विचारविकारांचा गाळही मनाच्या तळाशी जाऊन बसतो. 'हृदयावरची विचारांची धूळ हळूहळू निवळत जाते' आणि त्या तळ्यासारखेच कवीचे मन नितळ, निर्मळ होते. जणू ते तळे कविमनाचेच प्रतिबिंब बनते.

अनिलांची साधी, सुंदर, अकृत्रिम शैली विलक्षण समर्थपणे हा अनुभव शब्दांकित करते. कवितेत मधूनमधून येणारे प्रास या शैलीच्या साधेपणाला यत्किंचितही दुखवत नाहीत. *'जळाआतला हिरवा गाळ निळ्याशी मिळून असतो काही । गळून पडत असता पान मुळी सळसळ करीत नाही'* या ओळी त्या दृष्टीने बघण्याजोग्या आहेत. सर्व कवितेतून अनिलांचे मोजक्या शब्दांत रेखीव चित्र उमटवण्याचे सामर्थ्य आपणाला जाणवते. या कवितेतले निसर्गचित्र जसे लक्षणीय आहे, तशी निसर्ग आणि मानवी मन यांची सहज साधलेली एकतानताही ध्यानात घेण्याजोगी आहे.

■

माळवारा

करीत भिरभिर वाहे वारा अखंड त्या माळावरती
मुरमाडातिल खुरट चेपली गवते तीही थरथरती
जडभरत परी असंख्य पडले अफाट माळावर गोटे
त्यांस उपाधि न बाह्य जगाची जीवन्मुक्त पहा मोठे!

नागफणी निवडुंग एकटा घालुनि चिलखत काटेरी
ओसाडीचे राज्य चालवी मरुशांतीच्या माहेरी
रानमाणिके लेवुनि अंगी आपुलेच पुरवी कोड
हिरव्यावर आरक्त छटा ती तेवढीच दुरुनी गोड!

अफाट माळावरी एरव्ही रंग एक पिवळा करडा
होउनि मग तद्रूप विसावे दगडावर निर्भय सरडा
माळावर त्या देखा कोठे जीवन सुंदर नाहीच –
अफाट पसरे माळ एकला दूरवरी उन्नत नीच!

घालायला शीळ मनोहर तिथे न बेटे बांसाची
छायाकर तरुवेली कुठुनी? कुठुनी सुमने वासाची?
न कुठे निर्झर वा पुष्करिणी साथ द्यावया सहकंपे
कुठुनि गारवा? मळवाटहि नच कोठे, माळ न हा संपे!

चुकला रस्ता वाटसरू तर या माळावर यायाचा
जगला तर मन विसरायाचा नाही अनुभव तो याचा
भिरभिरतो परि सदैव वारा वेडाला येउन भरती
असे कुठे का भग्नशून्य मग देउळ त्या माळावरती?

– माधव ज्युलियन

माधव ज्यूलियन

माधव ज्युलियन ऊर्फ डॉ. माधव त्र्यंबक पटवर्धन हे रविकिरण मंडळातले तर श्रेष्ठ कवी आहेतच, पण एकूण आधुनिक मराठी कविपरंपरेतही त्यांचे नाव पहिल्या श्रेणीत आहे. कवी म्हणून ते थोर आहेत; पण पंडित म्हणूनही त्यांचे वेगळे आणि लक्षणीय असे महत्त्व आहे.

अठराशे चौऱ्याऐंशी साली त्यांचा जन्म झाला आणि एकूणचाळीस साली त्यांचे निधन झाले. अवघ्या चव्वेचाळीस-पंचेचाळीस वर्षांच्या जीवनात त्यांनी जे वाङ्मयीन कार्य करून ठेवले आहे, त्याची विविधता आणि विपुलता पाहून आपले मन आजही स्तिमित झाल्यावाचून राहत नाही.

पहिल्या प्रथम डोळ्यांत भरते, ते त्यांचे सर्जनशील काव्यलेखन. *विरहतरंग, सुधारक, तुटलेले दुवे, नकुलालंकार* अशी चार खंडकाव्ये माधव ज्युलियन यांच्या नावावर रुजू आहेत. गझल हा परकीय भाषेतला वाङ्मयप्रकार मराठी रसिकांना ज्ञात करून द्यावा, या हेतूने गझलची वेगवेगळी वजने, ती ती वृत्तरचना ध्यानात घेऊन त्यांनी गज्जलांजली हा आपल्या स्वतंत्र गझलांचा संग्रह रसिकांना सादर केला. स्वप्नरंजन या सुंदर नावाने त्यांनी आपली स्फुट कविता एकत्र करून प्रकाशित केली. पर्शियनचा माधव ज्युलियनांचा गाढ अभ्यास होता. उमर खय्यामच्या रुबाया तर त्यांनी मुळातून अनुवादित केल्याच. पण त्यांना आपले म्हणून एक स्वतंत्र परिमाण देणारा कवी एडवर्ड फिट्झेरल्ड याच्या रुबायांचेही त्यांनी *द्राक्षकन्या* या नावाने मराठीत भाषांतर केले. निधनानंतर त्यांच्या उर्वरित कवितांचे संकलन *मधुलहरी व इतर कविता* या नावाने प्रकाशित झाले आहे.

स्वतंत्र रचना आणि अनुवाद यांचे हे काम तडीला नेत असतानाच माधव ज्युलियन यांनी आपला सुप्रसिद्ध फारसी-मराठी कोश सिद्ध केला. मराठी छंदशास्त्राची मूलगामी चिकित्सा करून त्यांचे व्यवस्थापन करणारा *छन्दोरचना* हा ग्रंथ लिहून त्यांनी डी. लिट. ही मानाची पदवी मिळवली. समीक्षात्मक

स्वरूपाचे विपुल स्फुट लेखन त्यांनी केले. भाषाशुद्धिविषयक काही भूमिका मांडली. नाशिक येथील कविसंमेलनाचे आणि जळगाव येथील साहित्यसंमेलनाचे अध्यक्षपद त्यांनी भूषविले होते. साहित्यविषयक अशी अनेक प्रकारची कामे करत असताना त्यांचे दुर्दैवी निधन झाले.

माधव ज्युलियन यांना अनेक मानसन्मान मिळाले. पण कोणतेही यश सुखासुखी त्यांच्या पदरात पडले नाही. तडफदार मानी स्वभाव आणि भोवतालच्या व्यवहारचतुर, धूर्त जगात बसू न शकणारी विशिष्ट ध्येयनिष्ठा यामुळे त्यांना सतत संघर्ष करावा लागला. अनेक वादळांना तोंड द्यावे लागले. त्यांनी कधीही पराभव पत्करला नाही. पण प्रतिकूल परिस्थितीशी झुंज घेता-घेता त्यांचा मूळचा अर्भकासारखा निरागस आणि स्वप्नाळू स्वभाव बदलत जाऊन पुढे त्यात एक कटुता निर्माण झाली होती.

तरीही त्यांचे वैवाहिक जीवन सुखात गेले. दोन अपत्यांनी त्यांचा संसार फुलला. वाङ्मयीन कार्यात त्यांना मानाची बिरुदे मिळाली. याहूनही काही भरीव कार्य त्यांच्या हातून झाले असते; पण मृत्यूने सारेच संपवले.

माधव ज्युलियन यांच्या प्रारंभीच्या कवितांतले धुंद प्रणयाचे मादक चित्रण बघून तत्कालीन थोर समीक्षक बाळकृष्ण अनंत भिडे यांनी त्यांना 'प्रणयपंढरीचे वारकरी' असे काहीशा उपरोधाने म्हटले होते. पण माधव ज्युलियन यांच्या प्रेमकाव्यात निरपेक्ष प्रीतीचे उत्कट तत्त्वज्ञानही मांडलेले आहे. राष्ट्रभक्ती, मराठी भाषा आणि मराठी संस्कृती याबद्दलचा अभिमान, जीवनाविषयीचे सखोल चिंतन, निसर्गसंगतीची ओढ असे इतरही अनेक भाव त्यांच्या काव्यात आढळतात.

विरहतरंग आणि सुधारक ही त्यांची खंडकाव्ये महत्त्वपूर्ण आहेत. गझल आणि रुबाया लिहून आणि अनुवादित करून कवींच्या पुढच्या पिढ्यांना त्यांनी विकासाच्या अनेक वाटा खुल्या करून दिल्या. *तुटलेले दुवे* या खंडकाव्यात त्यांनी सुनीतरचनेचा एक विक्रमच केला आहे, असे म्हणता येईल. जन्मजात प्रतिभेला त्यांनी अविरत कष्टांची जोड दिली. मूळच्या स्वप्नाळू वृत्तीला चिंतनात्मक परिमाण दिले. काव्यचरनेत भाषेपासून आशयापर्यंत त्यांनी अनेक धाडसी प्रयोग केले आणि चंद्रशेखर, भा. रा. तांबे अशा ज्येष्ठ मान्यवर कवींचे काव्यलेखन चालू असताना कवी म्हणून आपली स्वतंत्र नाममुद्रा ठसठशीतपणे उमटवली. यामुळेच मर्ढेकरांपासून विंदा करंदीकरांपर्यंत नंतरच्या काळातल्या अनेक नामवंतांना त्यांची थोरवी वाटते. मराठी काव्यक्षितिजावर तळपणाऱ्या या ताऱ्याचे तेज आजही उणावलेले नाही.

माळवारा ही कविता स्वप्नरंजन या स्फुट कवितासंग्रहातून घेतलेली आहे. ती त्यांच्या फारशा प्रसिद्ध कवितांपैकी नाही. प्रणयाची धुंद आणि उत्कट गीते

गाणारे, युवतींच्या सौंदर्याची आणि विभ्रमांची रेखीव चित्रे रेखाटणारे किंवा सामाजिक जाणिवेने अन्यायांचा कडवा प्रतिकार करण्यास सज्ज झालेले माधव ज्युलियन या कवितेत दिसणार नाहीत. *संगमोत्सुक डोह, तेथे चल राणी, कौमार्यस्मित* अशा कवितांत प्रणयभावनेची सूक्ष्म आणि सुंदर आलेखने माधव ज्युलियन जशी करतात, त्याप्रमाणे *भ्रांत तुम्हां का पडे, पुरुषाची छाती,* यांसारख्या कवितांतून सामाजिक उद्‌बोधनाची तळमळही ते प्रकट करतात. भक्तीमध्ये परिणत होणाऱ्या प्रीतीचे माहात्म्य सांगणारे किंवा बालकांच्या निर्व्याज मनोरम सृष्टीत स्वत:ला विसरून जाणारे माधव ज्युलियन आपल्या अनेक कवितांतून रसिकांना भेटतात, पण त्यांच्या काव्याची ही जी महत्त्वाची वैशिष्ट्ये आहेत, ती माळवारा या कवितेत मुळीच प्रत्ययाला येत नाहीत आणि तरीही *'माळवारा'* या कवितेत मन वेधून घेणारे, आपल्याला अस्वस्थ, अंतर्मुख करणारे असे काहीतरी आहे! ते काय आहे? त्याचाच इथे शोध घ्यायचा आहे.

मराठी कवितेत माळ अनेकदा आलेला आहे. *त्या उजाड माळावरती बुरुजांच्या पडक्या भिंती*सारख्या ओळींमधून बालकवी एका ओसाड माळाचे चित्र रेखाटतात. गोविंदाग्रजांचा विजेवर प्रेम करणारा आणि अंती तिच्या उत्कट आलिंगनाने आपादमस्तक जळून जाणारा प्रणयविद्ध वृक्ष एका मोकळ्या मैदानावर म्हणजे माळावरच उभा आहे. कुसुमाग्रजांनी *कशास आयुष्य, देवा, इतुके । शतकामागून जाती शतके* असा आर्त प्रश्न विचारणारा एक रूक्ष, स्नेहहीन माळ आपल्या एका कवितेत चित्रित केला आहे आणि रेंदाळकरांनी तर *अजुन चालतोचि वाट माळ हा सरेना । विश्रांतिस्थल केव्हा यायचे कळेना* अशा करुण शब्दांत आपल्या जीवनाची अर्थशून्य वाटचाल माळाच्या साह्याने चाललेली दाखवून दिली आहे. माधव ज्युलियन यांनीही *माळवारा* या कवितेत एक असाच रूक्ष, माणसांच्या संगतीला दुरावलेला आणि कोणत्याही सुखद अनुभूतीला कायमचा पारखा झालेला विस्तीर्ण माळ आपल्या डोळ्यांसमोर उभा केला आहे.

कवितेचा प्रारंभ या माळरानावर अखंड भिरभिर फिरणाऱ्या वाऱ्याच्या उल्लेखाने झाला आहे. एरव्ही फुलांनी डवरलेल्या उपवनांतून विहार करणारा, तिथला सुगंध सर्वत्र विखरून आनंदी-आनंद निर्माण करणारा स्वच्छंदी वारा या उजाड माळावर, का कोण जाणे, भिरभिर करीत अखंड वाहत आहे. त्याला आकर्षून घेणारे, मोहात पाडणारे असे या माळावर काहीही नाही. मुरमाडात चेपलेली खुरटी गवते त्या वाऱ्याच्या स्पर्शाने किंचित थरथरतात. चैतन्याची, थोडीशी का होईना, साक्ष पटवतात; पण पुराणातल्या जडभरत मुनींसारखे त्या अफाट माळावर पडलेले गोटे... त्यांना या वाऱ्याचे काहीही आकर्षण वाटत नाही. ते इतके जीवन्मुक्त आहेत, की बाह्य जगाची कोणतीही उपाधी त्यांना

विचलित करत नाही.

हा माळ तसा निर्जीव आहे. पण तिथे जीवनाचे काही क्षीण आविष्कार बघावयास मिळतात. या निर्जन, निःशब्द माळावर नागफणी निवडुंग आपले अनिर्बंध साम्राज्य चालवत आहे. स्वतःचे राजेपण तो स्वतःच भोगत आहे. त्याने आपल्या अंगावर काटेरी चिलखत चढवले आहे आणि रानमाणकांसारखी तांबडीलाल बोंडे अंगभर लेवून तो आपणच आपले कौतुक करून घेत आहे. हिरवा निवडुंग आणि त्यावर फुललेली तांबडी बोंडे... माळाच्या रूक्ष पिवळ्या करड्या विस्ताराला हिरव्यावरच्या आरक्त छटेचा तेवढाच एक गोड स्पर्श झालेला आहे. पण त्यामुळे माळाचे भकासपण अधिकच तीव्रतेने डोळ्यांना खुपत राहते!

माळाला झालेला जीवनाचा आणखीही एक साक्षात्कार आहे. तो म्हणजे माळाच्या पिवळ्या-करड्या रंगाशी आपले तद्रूपत्व साधून एका दगडावर बसलेला– निर्भय सरडा! पण त्या सरड्यामुळेही माळाला काही सौंदर्य लाभलेले आहे, असे नाही. मोहक किंवा रम्य जीवनाचे रंग त्याला कधी अनुभवण्यास मिळतच नाहीत. त्याचे अफाटपण, त्याचे एकाकीपण, त्याचा डोळे दुखवणारा पिवळा करडा विस्तार, त्याचा दूरपर्यंत पसरत गेलेला उंचसखलपणा – सारे त्याच्या नीरस, शुष्क, आनंदहीन जीवनाची साक्ष पटवते. त्यासंदर्भात दोन ओळी फार अर्थपूर्ण आहेत :

माळावर त्या देखा कोठे जीवन मोहक नाहीच--
अफाट पसरे माळ एकला दूरवरी उन्नत नीच!

कवितेच्या सुरुवातीपासून माळाचे हे रूक्ष करडेपण कवीने कसे अधिकाधिक स्पष्ट करत नेले आहे, ते बघण्याजोगे आहे.

तसे पाहिले, तर सारेच माळ काही इतके दुर्दैवी नसतात. त्यांच्यावर निसर्गाने कृपा केलेली असते. सौंदर्याचे, चैतन्याचे काही वरदान त्यांना लाभलेले असते. पण या कवितेत कवीने वर्णन केलेल्या माळाला असे काहीही भाग्य मिळालेले नाही. सुंदर शीळ घालणारी बांसाची म्हणजे बांबूची गर्द बेटे इथे नाहीत. प्रसन्न, हिरव्यागार झाडावेलींचा तर त्याला कधी स्पर्शही झालेला नाही. झाडे-झुडपे, वेली नाहीत, म्हणजे हिरवी थंडगार सावली तरी कुठून असणार? आणि सर्वत्र सुगंधाची उधळण करणारी सुवासिक फुले तरी तिथे कुठून आढळणार? झाडे नाहीत, वेली नाहीत, वेळूमधून निघणारी शीळ नाही, सुगंधाने दरवळणारी फुले नाहीत; इतकेच काय, पण या साऱ्या रखरखाटात जरासा तरी ओलावा

आणणारा एखादा झुळझुळता झरा किंवा पुष्करिणी म्हणावी, तर तिचादेखील कुठे आढळ होत नाही. या माळाच्या जीवनात सारा नकार, सारा अभाव आहे आणि तो एकाकी, अगदी संपूर्ण एकाकी आहे. बाहेरच्या जगाशी सारे शून्य. सारे भकास. सारे प्रेमहीन. असा हा निष्प्रेम माळ वर्षानुवर्ष नुसता पसरलेला, विस्तारलेला आहे. मानवी पावलांचा त्याला कधी स्पर्श झालेला नाही. होणारही नाही.

पण समजा, रस्ता चुकलेला एखादा वाटसरू कधी काळी या माळावर आला तर? कवी म्हणतो, इथला भकासपणा पाहून केवळ भीतीनेच हृदयक्रिया बंद पडून तो मरून जाईल! पण यदाकदाचित तो जगला वाचला, तर या माळाच्या दर्शनाचा भयावह अनुभव तो कधीही विसरणार नाही. निसर्ग आणि मानव या दोहोंनी दूर लोटलेल्या या माळावर मग आहे काय? तर इथे अखंड भिरभिर फिरणारा वारा मात्र आहे. एखाद्या वेड्याने आपल्याच नादात न थांबता एकसारखे फिरत राहावे, तसा हा वारा माळावर सतत भ्रमण करत असतो. चकवा लागल्यासारखा भिरभिरत असतो. कवी म्हणतो, साऱ्यांनी नाकारलेल्या, झिडकारलेल्या या माळाचे वाऱ्याला आकर्षण तरी कसले वाटत असेल? आपल्या या प्रश्नाचे कवीला एकच उत्तर सुचते. तो म्हणतो :

असे कुठे का भग्नशून्य मग देउळ त्या माळावरती?

शेवटच्या या *भग्नशून्य* देवळाच्या उल्लेखाने सबंध कवितेला एक वेगळे परिमाण, एक वेगळी अर्थपूर्णता लाभते. आता माळ हा नुसता माळ राहत नाही. त्याला एक सजीव चैतन्य मिळते. माळाच्या जागी आपल्याला माणूस दिसू लागतो. हृदयात कुठेतरी एखाद्या सुंदर अनुभवाचे भग्न रूप जपत राहणारा, जगापासून अलिप्त झालेला, जीवनाच्या सर्व आघाड्यांवर पराभव वाट्याला आलेला असा हताश माणूस, भणभणणारे वारे माळावरचे एखादे *भग्नशून्य* देऊळ शोधत असते, त्याप्रमाणे हृदयातली भग्न आठवण जपण्यासाठीच दैनंदिन जीवन जगत राहणारा माणूस.

खरे तर, या कवितेबद्दल इतके लिहूनसुद्धा तिचा अर्थ मला पूर्णपणे आकलन झालेला आहे, असे मला वाटत नाही. तिच्यात एक गूढता आहे. संदिग्धता आहे. माळाचे आनंदहीन, रूक्ष, रखरखाटाचे जीवन आणि त्याच्यावर कुठे एखादे *भग्नशून्य* देऊळ शोधत सतत वेड लागल्यासारखा भिरभिर फिरणारा वारा यांच्यामध्ये एक अगम्य, अनाकलनीय असे नाते आहे. त्या नात्याचा आपल्याला पुरेसा उलगडा होत नाही. माळाचे चित्र कवीने विलक्षण प्रत्ययकारी रीतीने रेखाटले आहे. माळावर विखुरलेले, जगाच्या उपाधीपासून अलिप्त राहिलेले

जडभरत गोटे, अंगावर काटेरी चिलखत चढवलेला आणि माणकांसारखी लालभडक बोंडे लेवून आपले कोड आपणच पुरवणारा, *मरुशांतीच्या माहेरी* साम्राज्य करणारा निवडुंग, माळाच्या पिवळ्या करड्या रूपाशी तद्रूप होऊन दगडावर निर्भयपणे विसावणारा सरडा हे तपशील माळाचे भकासपण अधिकाधिक वाढवत जातात. अशा पूर्णत: नकारग्रस्त जीवनात एखादे भग्नशून्य देऊळ, गतस्मृतीचा अवशेष जपत बसलेला माळ आपल्याला सुन्न करून टाकतो.

–आणि शेवटी मनात येते, वरवर वस्तुनिष्ठ, वर्णनपर वाटणाऱ्या या कवितेत कवीने स्वत:चेच चित्र तर रंगवले नसेल ना?

■

डोळा वाटुली संपेना

इथे रंगली पंगत
मिटक्यांची, भुरक्यांची;
साधासुधा माझा हात
बाळजीभ अमृताची;

इथे चालला अभ्यास
इथे झाली भातुकली
गोष्टी, गाणी नि मस्करी
खोली भरून राहिली;

इथे घडले पतंग
इथे फिरला भोवरा
इथे हदगा मांडला
इथे खुडला मोगरा;

खेळा-शाळेच्या मागून
दूर दूर दिसाकाठी
सांजावाता दारामध्ये
कमरेला घट्ट मिठी.

दिसामाशी वाढताना
घर झाले हे लहान
पालवीत पंख नवे
गेली याच दारातून

सांज टळली, तरीही
दार लावावे वाटे ना
'वळेल का कुणी मागे?'
डोळा वाटुली संपेना...

-संपावया हवी वाट
लावायला हवा दिवा
पोटासाठी मुकाट्याने
हवा टाकायला तवा!

— इंदिरा

इंदिरा

इंदिरा गेली अनेक वर्षे मराठी काव्यप्रांतात आपल्या स्वयंभू तेजाने तळपणारे एक ठळक, ठसठशीत कविनाम. चार तपांहून अधिक काळ इंदिराबाई आपले कवितालेखन करत आहेत. एकोणीसशे चाळीस साली *सहवास* या समर्पक नावाने इंदिरा संत आणि ना. मा. संत ह्या संत दांपत्याच्या कवितांचा एकत्रित असा संग्रह प्रसिद्ध झाला. तो इंदिराबाईंच्या कवितांचा पहिलावहिला आविष्कार होता. 'सहवास'मधल्या इंदिराबाईंच्या कवितांवर समकालीन काव्यसंकेतांची छाया पडलेली होती. ती तशी असणे स्वाभाविकही होते. पण त्या कवितांतूनही ओवीबद्ध रचना, भावनेचा सच्चेपणा, सहज सोपी, पण आपल्या साधेपणानेच मनाला जाऊन भिडणारी मृदुकोमल रचना हे इंदिराबाईंचे काव्यगुण प्रकट होऊ लागले होते. संत दांपत्याचे एकमेकांवरील उत्कट प्रेम, उभयतांची काव्यात्म वृत्ती आणि तरुण वयातच अंकुरू लागलेला कवितेचा ध्यास – या सर्व गोष्टींचा प्रत्यय त्यात येतो. आपल्याला लाभलेल्या सफल प्रेमजीवनाविषयीची तृप्तीही तिथे आढळते.

तथापि, विवाहानंतर अवघ्या दहा वर्षांतच इंदिराबाईंचे पती ना. मा. संत यांचे दुर्दैवी निधन झाले आणि इंदिराबाईंवर दुःखाचा प्रचंड डोंगर कोसळला. या दारुण घटनेने त्यांचे संथ, सुरक्षित जीवन जसे उलटे-पालटे झाले, तसे त्यांच्या कवितेनेही अंतर्बाह्य वेगळे रूप धारण केले. अग्नीतून तावून निघालेले सोने जसे अधिकच लखलखते, त्याप्रमाणे यानंतर लिहिली गेलेली इंदिराबाईंची कविता एक अनपेक्षित झळाळी घेऊन अवतीर्ण झाली. प्रियकराचा अकाली झालेला वियोग आणि त्यामुळे आलेले अपार एकाकीपण यांच्या दुःखाला इतक्या उत्कटपणे, इतक्या विविध रूपांनी आणि इतक्या वेगवेगळ्या प्रतिमांतून मराठी कवितेत यापूर्वी कधीही उद्गार मिळालेला नव्हता. *सहवास* नंतर प्रकाशित झालेले *शेला, मेंदी, मृगजळ* यासारखे संग्रह म्हणजे विरहदुःखाच्या व्यथेचे अत्यंत तीव्र, तीक्ष्ण, विविधांगी आविष्कार आहेत.

इथून पुढच्या इंदिराबाईंच्या कवितेचे जसे अंतरंग बदलले, तशी तिची शब्दकळाही

पार पालटली. पूर्वी साध्या सहज भाषेत बोलणारी त्यांची कविता आता प्रतिमांच्या भाषेत बोलू लागली. निसर्गाची विविध रूपेच आता प्रतिमा बनली. त्याखेरीज खास इंदिराबाईंचे म्हणून अनेक भावनाकारही (Motifs) आता त्यांच्या कवितेत येऊ लागले. वाट, रात्र, नक्षत्रखचित आकाश, माळ, तृण, नागीण, ऋतूंचे बदलते रंग अशा प्रतिमा या कवितांत वारंवार भेटतात. आणखी एक महत्त्वाची प्रतिमा 'माती' ही आहे. कवयित्रीचे या मातीशी जडलेले नाते केवळ या जन्मापुरते नाही. ते जन्मजन्मांतरीचे आहे. आपल्या 'मृण्मयी' कवितेत कवयित्री म्हणते :

रक्तामध्ये ओढ मातिची
मनास मातीचे ताजेपण
मातीतून मी आले वरती
मातीचे मम अधुरे जीवन

इंदिराबाईंच्या कवितेतील निसर्गप्रतिमा या केवळ अलंकरणासाठी वा बाह्य सजावटीसाठी येत नाहीत. अत्यंत तीव्र आणि तरल अशा इंद्रिय संवेदनांच्या द्वारा हा निसर्ग कवयित्रींच्या भाववृत्तीत भिनून गेला आणि आता अनंतात विलीन झालेला प्रियकर सर्वव्यापी होऊन या निसर्गप्रतिमांच्या द्वाराच कवयित्रीला पुन्हा वेगवेगळ्या स्वरूपांत दर्शन देऊ लागला. निसर्ग आणि अंतरीची विरहव्यथा यांचे झालेले हे अद्वैत केवळ विलक्षण आहे. इंदिराबाईंच्या कवितेत येणारा आणखी एक ठळक विशेष म्हणजे त्यांची अत्यंत उत्कट अशी रंगजाणीव. त्यांच्या प्रतिमेत हे रंग वारंवार येतात आणि ते सर्व काव्यालाच एक वेगळे परिमाण देतात. अल्पाक्षरत्व, वैशिष्ट्यपूर्ण प्रतिमांची पखरण, दुःखभावनेचा विविध पैलूंतून झालेला आविष्कार हे इंदिराबाईंच्या काव्याचे आणखी काही ठळक विशेष आहेत. मुख्य म्हणजे, अगदी सुरुवातीच्या काळात रविकिरण मंडळाचे संस्कार व्यक्त करणारी त्यांची कविता पुढे इतकी वेगळी झाली, इतकी त्यांची स्वतःची बनली, की आज कवितेखाली 'इंदिरा' हे नाव नसले, तरी ती कविता इंदिरेने लिहिलेली आहे, हे रसिकांना सहज कळते. इंदिराबाईंच्या कवितेची ओळ हीच जणू त्यांची सही असते.

संजीवनी, पद्मा या ज्येष्ठ कवयित्रींच्या जोडीने इंदिराबाई कविता लिहू लागल्या. या दोन्ही कवयित्रींचे काव्यलेखन आता कालपरत्वे ओसरत गेले आहे. इंदिराबाईंची कविता मात्र आजही आपल्याला सातत्याने दर्शन देते. गेल्या चार तपांतला त्यांच्या कवितेचा विकास, विस्तार आणि वैपुल्य पाहिले, म्हणजे मन विस्मयाने थक्क होते. *शेला, मेंदी* इथपासून तो *गर्भरेशीम* आणि अगदी अलीकडे प्रसिद्ध झालेले *वंशकुसुम* इथपर्यंत इंदिराबाई अव्याहत कविता लिहीत आहेत. वयपरत्वे कवितेचे स्वरूप

बदलत गेले. दु:खाने त्यांना व्यक्तिगत पातळीवर उद्ध्वस्त केले खरे, पण हे दु:ख हाच पुढे इंदिराबाईंचा जीवनाधार झाला. त्याच्या बळावरच त्यांनी जीवनातील विविध संघर्षांना तोंड दिले, कर्तव्यतत्पर गृहिणी होऊन मुलांचे संगोपन केले. मुख्य म्हणजे, कवितेशी जोडलेले आपले नाते त्यांनी अगदी आजपर्यंत अतूट राखले आहे. जिवाभावाने सांभाळले आहे. आपल्या स्वत:च्या कवितेचे एका मुलाखतीत त्यांनी केलेले हे वर्णन अतिशय समर्पक, पण तितकेच भेदक आहे. इंदिराबाई म्हणतात, 'चाकूने किंवा सुरीच्या टोकाने मनगटावर घाव करावेत आणि त्या घावांतून आलेल्या रक्ताच्या थेंबांकडे टक लावून बघत राहावे, तशा या कविता आहेत.' आपल्या कवितेचे असे वर्णन फक्त स्वत: कवयित्रीच करू शकते.

इंदिराबाईंनी गद्यलेखनही केलेले आहे. प्रारंभीच्या काळात त्यांनी कथा लिहिल्या. *श्यामली, कदली, चैतू* असे तीन कथासंग्रह त्यांच्या नावावर रुजू आहेत. थोडेसे समीक्षात्मक लेखनही त्यांनी केले आहे. *मालनगाथा* आणि *घुंगुरवाळा* ही त्यांची दोन पुस्तके जुन्या ओव्या आणि जुनी बाळगाणी यांचे संकलन आणि रसग्रहण करणारी आहेत. *मृद्गंध* हे त्यांचे ललितलेखन आत्मकथन करणारे आहे. पण एकंदरीने इंदिराबाईंची मराठी रसिकांच्या मनांत जी प्रतिमा आहे, ती एका अभिजात प्रतिभासंपन्न कवयित्रीचीच आहे. या त्यांच्या काव्याचे रसिकांनी तर भरभरून कौतुक केलेच. पण साहित्य अकादमी पुरस्कार, कुसुमाग्रज प्रतिष्ठानचा पुरस्कार, अनेक शासकीय पारितोषिकेही त्यांना लाभलेली आहेत.

प्रारंभीच्या काळात इंदिराबाई आपल्या व्यक्तिगत दु:खात बुडालेल्या व त्यामुळे विलक्षण आत्ममग्न अशा होत्या. कालांतराने त्यातून त्या बाहेर आल्या आणि आपले गृहिणीपण सांभाळताना मुलेबाळे, भोवतालचे जीवन, त्यातले अनेक भावानुभव हेही कवितेत चित्रित करू लागल्या. 'डोळा वाटुली संपेना' ही त्यांची *रंगबावरी* संग्रहातून इथे घेतलेली कविता याच प्रकारची आहे. हे दु:खमग्न प्रणयिनीचे रूप नाही, तर एका प्रपंचरत, घरगुती, मुलाबाळांत रमलेल्या गृहिणीचे, वत्सल मातेचे लोभसवाणे रूप आहे. मुला–बाळांचे लाडकोड पुरवणारी, त्यांच्या संगतीत सुखावणारी एक आई इथे आहे. त्याचबरोबर ती मुले वयाने वाढल्यानंतर, आपापल्या मार्गाला लागल्यानंतर पुन्हा वाट्याला आलेल्या एकटेपणामुळे व्यथित होणारी अशी निखळ स्त्रीही आहे. तीही आईच. पण प्रौढ, समंजस, मुलांचा दुरावा शांतपणे स्वीकारणारी; पण पुन्हा त्यांचे बाळवयातले निरागस खेळ, आपुलकी, जिव्हाळा आठवून त्यांच्यासाठी कासावीस होणारी आई.

हे आईपण कवयित्रीने या कवितेत कसे चित्रित केले आहे, ते बघण्याजोगे आहे. इथे मुलांचे तपशील, त्यांची नावे न देता इंदिराबाई फक्त कधी मुलांची अंगत-पंगत, कधी त्यांचे अभ्यास व खेळ, कधी संध्याकाळी शाळा आणि खेळणे आटोपून

घराच्या ओढीने परतल्यावर आईच्या कमरेला पडणारी त्यांची गाढ बाळमिठी या तुटक संदर्भातून एक मुलाबाळांनी भरलेले, हसतेखेळते आणि– कदाचित घरात वडील नसल्यामुळे– केवळ आईभोवतीच केंद्रित झालेले असे घर आपल्यासमोर साक्षात उभे करतात. हे सर्व चित्रण कवयित्रीच्या व्यक्तिगत अनुभवांतून आलेले असावे, इतके ते जिवंत आणि प्रत्ययकारी बनले आहे. त्याबरोबरच कुठल्याही मध्यमवर्गीय कुटुंबाच्या चित्रासारखेच हे चित्र असल्यामुळे त्याला एक प्रकारची सार्वकालीन प्रातिनिधिकताही लाभली आहे.

या कवितेतली आई आता मुलांशिवाय ओक्याओक्या वाटणाऱ्या घरात इथे तिथे फिरते. त्याबरोबर त्या त्या खोलीशी, स्थळाशी निगडित असलेली अनुभवचित्रेही तिला दिसू लागतात. ती म्हणते :

इथे रंगली पंगत
मिटक्यांची, भुरक्यांची
साधासुधा माझा हात
बाळजीभ अमृताची

आपला हात 'साधासुधा' होता. जेवणातले पदार्थही काही खास नव्हते. पण मुलांच्या बाळजिभेतच अमृत भरलेले असल्यामुळे ते साधे पदार्थही ती कशी मिटक्या मारून, भुरके घेऊन खात होती! जेवणानंतर कवयित्री मुलांच्या खोलीत जाते. इथे तर त्यांच्या असंख्य आठवणी भरून राहिलेल्या आहेत. इथेच त्यांनी अभ्यास केला. इथे मुलींनी आपली भातुकली साजरी केली. इथे मुलांनी पतंग बनवले. भोवरे फिरवले. मुलींचा हदगा इथे रंगला आणि खुडलेल्या मोगऱ्याच्या कळ्या इथेच त्यांनी केसांत हौसेने माळल्या. किती गोष्टी, किती गाणी, किती थट्टामस्करी - क्वचित भांडणेदेखील - इथेच झाली असतील. मुलांचे ते सुखी, खेळकर, प्रसन्न असे बाळपण आजही त्या खोलीत कवयित्रीला अगदी बारीक बारीक तपशिलांसह आठवते आणि तिचे मन व्याकूळ होते.

घरातल्या खोल्या-खोल्यांतून अशी हिंडत, जुन्या आठवणी मनात घोळवत कवयित्री अखेर घराच्या दारात येऊन उभी राहते आणि मग तर काय, आठवणींचा पूरच घोंघावत येतो :

खेळा-शाळेच्या मागून
दूर दूर दिसाकाठी
सांजावता दारामध्ये
कमरेला घट्ट मिठी!

खेळ, शाळा आटोपून मुले घराकडे परततात. सांजवेळ झालेली असते. आता आईची आठवण त्यांच्या मनात दाटून येते आणि तीही त्यांची वाट बघत दारातच उभी असते. मुले तिच्या अंगावर झेप घेतात. तिच्या कमरेला घट्ट मिठी मारतात. दिवसभराचा वियोगसुद्धा आई–मुलांना सहन होत नाही. म्हणून ही भेट उभयतांना अगदी अपूर्वाईची वाटते.

मुलांचे निरागस शैशव, त्यांचा हवाहवासा सहवास, त्यांच्या संगतीत पतिवियोगाच्या दुःखाचा झालेला उपशम– भूतकाळातला हा सर्व चित्रपट कवयित्रीच्या डोळ्यांसमोरून झरझर सरकून जातो. पण काळाच्या ओघात ते सारे वाहून गेलेले आहे. पिल्ले दिवसामाशी वाढू लागली. त्यांच्या वाढत्या देहमनांना घराचे चिमणे घरटे अपुरे पडू लागले आणि निसर्गक्रमानुसार आपले नवे पंख पालवीत त्याच दारातून ती निघूनही गेली. आता पुन्हा कवयित्री घरात एकटीच आहे. घराचे ते रितेपण तिला खायला उठते. तसे आपले एकाकीपण तिने धीराने पत्करले आहे. पण एखादा दिवस असा येतो, की तिच्या संयमाचा बांध फुटतो. ते जुने जीवन तिला पुन्हा हवेसे वाटू लागते. मुलांच्या वियोगाने तिचे काळीज व्यथित होते. खरे तर, आता पुन्हा तशीच सांजवेळ दाटून आली आहे. पण तिच्या कातर, व्याकूळ मनाला आज दार लावून आज जावेसे वाटत नाही. तिचा जीव हुरहुरतो आणि डोळ्यांत प्रतीक्षा उभी राहते. त्या वाटेवरून कुणी परत येणार नाही, हे तिला ठाऊक असते. तरीही वाट बघणारी वाट आज संपता संपत नाही.

> सांज टळली तरीही
> दार लावावे वाटे ना
> ‘वळेल का कुणी मागे?’
> डोळा वाटुली संपेना...

या अगदी साध्या शब्दांत, ‘वळेल का कुणी मागे?’ या आर्त प्रश्नात कवयित्रीची मनःस्थिती किती उत्कटपणे व्यक्त झाली आहे! आणि मग अधीरपणे डोळ्यांतून वाट बघणारे तिचे मन हताशपणे म्हणते :

> – डोळा वाटुली संपेना...

वाटेसाठी ‘वाटुली’ हा शब्द कवयित्रीने योजला आहे. तो थेट संतकवींच्या भावार्त मनोवृत्तीपर्यंत आपल्याला नेऊन पोहोचवतो. ‘पाहता वाटुली, शिणले डोळुले’ या तुकारामांच्या उद्गारांचे स्मरण आपल्या मनात जागे करतो. तुकारामांचे आर्त विठ्ठलाच्या भेटीचे आहे. कवयित्रीच्या प्रापंचिक मनाला आपल्या दुरावलेल्या

मुलाबाळांच्या भेटीची आस लागली आहे. पण दोन्हींकडे तीच तळमळ, भेटीची तीच तीव्र असोशी आहे.

खरे तर, दुसऱ्या एखाद्या कवीने वा कवयित्रीने कविता इथेच संपवली असती. पण इंदिराबाई तसे करत नाहीत. त्या आणखी चार ओळी लिहितात आणि समोर आलेल्या वास्तवाचा कवयित्रीने केलेला समजूतदार स्वीकार त्यातून स्पष्टपणे व्यक्त होतो. हृदयाला जाऊन भिडतो. कवयित्री म्हणते :

– संपावयाला हवी वाट
लावायला हवा दिवा
पोटासाठी मुकाट्याने
हवा टाकायला तवा!

कितीही वाट पाहिली तरी, 'डोळ्यांतल्या वाटुली'चा काही उपयोग नाही, हे कटू, पण अटळ वास्तव कवयित्री स्वीकारते. जीवन अर्थशून्य वाटू लागले, तरी रोजची कर्तव्ये संपत नाहीत. संसारचक्राचे ठरावीक फेरे फिरतच राहतात. कवयित्री स्वत:चीच समजूत घालत म्हणते, 'ही वाट आता संपवली पाहिजे. रित्या अंधारलेल्या घरात दिवा लावला पाहिजे. इतकेच नव्हे, तर पोटपूजेसाठी मुकाट्याने चुलीवर तवा टाकून भाकरही भाजली पाहिजे!'

आजकाल घरोघरी प्रत्ययाला येणारे हे एक दृश्य, ते इथे कवयित्रीच्या स्वत:च्या अनुभवविश्वातून प्रकट झाल्यामुळे त्याला विलक्षण तीव्रता, हृदयस्पर्शित्व प्राप्त झाले आहे. इतर ठिकाणी मुलेबाळे आपापल्या मार्गाने गेली, तरी मागे वृद्ध पतिपत्नी राहतात. ती एकमेकांच्या संगतीत आपले आयुष्य व्यतीत करतात. पण इथे जोडीदार आधीच निघून गेला आहे आणि आता मुलेही दुरावली आहेत. कवयित्री एकाकी अवस्थेत जुन्या आठवणी मनात घोळवत आहे. त्यामुळे ते एकाकीपण अधिक तीक्ष्ण, धारदार झाले आहे.

या कवितेचे सारे सौंदर्य तिच्या साधेपणात, संयमशील निवेदनात आहे. इथे मुलांचा प्रत्यक्ष उल्लेख कुठेही नाही. पण जेवताना त्यांनी मारलेल्या मिटक्या, भुरके, मुलांचे पतंग-भोवरे, मुलींची भातुकली, हदगा आणि कधीमधी त्यांनी हौसेने माळलेल्या मोगऱ्याच्या कळ्या, त्यांच्या गप्पागोष्टी, गाणी, मस्करी आणि शाळेतून घरी आल्यावर दारातच त्यांनी आईच्या कमरेला घातलेली घट्ट मिठी. या लहान लहान तपशिलांतून मुलाबाळांनी गजबजलेले एक सुखी घर डोळ्यांसमोर उभे राहते. इथे घरधनी नाही, म्हणून मुलांचे सारे प्रेम एका आईच्याच ठायी एकवटले आहे. पण हे सारे कवयित्री कुठेच स्पष्ट शब्दांत बोलत नाही. ते सारे सुचवले जाते.

त्यामुळेच कवितेची उत्कटता अधिक वाढली आहे.

साधे शब्द, त्यांचा अत्यंत संयत वापर आणि क्वचित वापरलेल्या समर्पक प्रतिमा यामुळे ही कविता जेवढे सांगते, त्यापेक्षा कितीतरी अधिक ती आपल्या मनात जागे करते. *'डोळा वाटुली संपेना'* किंवा *'पोटासाठी मुकाट्याने, हवा टाकायला तवा'* अशा जवळजवळ गद्यसदृश शब्दांतून अर्थाचे ब्रह्मांड आपल्या डोळ्यांसमोर उभे राहते. इथे आक्रस्ताळे उद्गार नाहीत. दुःखाचे तपशीलवार भडक चित्रण नाही. उरात खोल साठवलेली, गिळलेली व्यथा एखाद्या उसाशाने केवळ व्यक्त व्हावी, तशी ही कविता.

या कवितेतील शब्दांचा वापरही अगदी मोजका; पण तितकाच सूचक आहे. कवयित्रीचा हात 'साधासुधा' आहे, पण मुलांची बाळजीभ 'अमृताची' आहे. म्हणून ताटातले साधे अन्नही ती मिटक्या मारत, भुरके घेत खातात. आता कवयित्री सांजवेळी एकटीच दारात उभी आहे. जिथे पंगत रंगली होती, तिथे आता एकटीनेच जेवायचे आहे, हे सत्य तिला जाणवते आणि डोळ्यांतली प्रतीक्षेची वाटुली संपवली पाहिजे, हेही तिला उमगते. पण तेही ती अगदी साधेपणानेच सांगते :

पोटासाठी मुकाट्याने
हवा टाकायला तवा!

हा तवादेखील कवयित्रीच्या मनाचेच एक प्रतीक आहे. रोजची भाकर आपणच भाजली पाहिजे, तापलेल्या देहमनाला आपणच शांत केले पाहिजे, नित्यक्रम चालू ठेवला पाहिजे– हे सारे या दोन ओळी आपल्याला सांगतात.

एरव्ही निसर्गाची रम्य चित्रे रेखाटणाऱ्या, विलक्षण प्रतिमांनी आपला दुःखभोग परोपरीने परिणामकारक करणाऱ्या इंदिराबाईंनी इथे एक साधी कविता लिहिली आहे. पण या साधेपणातच तिचे सर्व सौंदर्य, सारी उत्कटता आणि सारे हृदयस्पर्शित्व भरून राहिले आहे.

■

दीपज्योतीस

सोन्याची तनु जाळितेस अपुली पाषाणमूर्तीपुढे
मुग्धे! ते वद कोण पुण्य तुझिया हातास तेणे चढे?
सारे विश्व बुडे तमात तिकडे भांबावुनी बापुडे
गे! निष्कंप तुला परंतु इकडे ही ध्यानमुद्रा जडे!

घ्याया कोंडुन मंदिरात जगदुद्यानी न तू जन्मली
वाया नासुनि जावया नुगवली बागेत चाफेकळी!
व्हाव्या वर्धित वस्तु ज्यात वसते सौंदर्य अत्युत्कट
इच्छा केवळ की न वस्तुसह ते पावो जगी शेवट!

प्रत्यंगी अवघ्या प्रकर्षभर ये ज्यांच्या पुरा मोडुन
त्यांच्या पूर्णपणास सुस्थिरपणा येथे न अर्धक्षण,
पूर्णोत्थापनकाल तोच पतनप्रारंभही होतसे,
ऐसा निष्ठुर कायदा सकल या सृष्टीस शासीतसे!

येथे नूतन जीर्ण, रूप अथवा विद्रूप, नीचोत्तम;
न्यायान्याय, अनीतिनीति, विषयी संभोग की संयम;
जाती ही भरडोनि एक घरटी एकत्र आंदोलत
आशा भीतिवशा म्हणूनिच मृषा स्वर्ण स्रजी शाश्वत!

हे वैषम्य असह्य 'होत समयी' स्थापावया साम्यता,
तेजोवंत यदा यदा त्यजुनि ती प्रेतोपमा स्तब्धता;
अन्याय प्रतिकार कार्य करिती नाना प्रकारान्तरे
दारी बंड! घरात बंड! अवघे ब्रह्माण्ड बंडे भरे!

हे लोकोत्तर रूप तेज तुजला आहे निसर्गे दिले
की तू अन्य तशीच निर्मुनि जगा द्यावीस काही फले;
दाने दे न कुणा निसर्ग! धन तो व्याजे तुम्हां देतसे
ते त्याचे ऋण टाक फेडुन, गडे! राजीखुशीने कसे!

होता वेल रसप्रसन्न फुटुनी येतो फुलोरा तिला,
ती आत्मप्रतिमांस निर्मुनि हसे संहारकालानला;
'वाढा आणि जगा' निसर्ग म्हणतो सृष्टीस भूतात्मका,
डोळ्यांनी उघड्या पहात असता होशी गुन्हेगार का?

— बी

बी

Bee या इंग्रजी टोपणनावाने कविता लिहिणाऱ्या प्रस्तुत कवीचे नाव नारायण मुरलीधर गुप्ते. यांचा जन्म अठराशे बहात्तर साली विदर्भात मलकापूर येथे झाला आणि त्यांचे निधन छिंदवाडा येथे एकोणीसशे सत्तेचाळीस या वर्षी झाले. कवितालेखन आणि सरकारी नोकरी याच्या व्यतिरिक्त अन्य कोणताही व्यवसाय 'बी' यांनी कधी केला नाही. ते कविता लिहीत, परंतु सभासंमेलने किंवा वाङ्मयविषयक विविध कार्यक्रम यातही त्यांनी कधी भाग घेतला नाही. चारित्र्यशील, तात्त्विक आणि खऱ्या अर्थाने प्रतिभासंपन्न असणारे 'बी' हे पराकाष्ठेचे प्रसिद्धिपराङ्मुख होते. त्यांचे राहणेही दूर विदर्भात. म्हणून समकालीन साहित्यविश्वाने 'बी' यांची फारशी दखल कधी घेतली नाही. पण जातिवंत रसिकांच्या मनांत मात्र 'बी' यांना गौरवाचे अढळ स्थान लाभले आहे आणि मराठीतील केशवसुत, बालकवी, गोविंदाग्रज अशा प्रथम श्रेणीच्या कविमंडळात 'बीं'चा समावेश मराठी रसिकांनी कधीच केलेला आहे.

'बीं'चे कवितालेखन संख्येने अतिशय अल्प आहे. 'फुलांची ओंजळ' हा कवितासंग्रह आणि त्यांच्या वार्धक्यात त्यांच्या उर्वरित कविता समाविष्ट करणारा *'पिकले पान'* हा छोटासा कवितासंग्रह हीच काय ती 'बीं'ची काव्यनिर्मिती. त्यांच्या सर्व कवितांची संख्या पुरती पन्नासदेखील नसेल! पण इतक्या अल्प कवितांमधूनही त्यांच्या काही कविता मराठीत चिरस्थायी झाल्या आहेत. *चाफा, डंका, माझी कन्या, बंडवाला, बुलबुल, काव्यानंद* अशा त्यांच्या कितीतरी कविता या मराठीतल्या उत्कृष्ट कविता मानल्या जातात. 'बीं'च्या कवितेचे बाह्य रूप पारंपरिक, संस्कृतप्रचुर असले, तरी वैचारिकदृष्ट्या त्या कवितेत विलक्षण नावीन्य आणि प्रगतिपरता आढळते. रसिकाला ती अंतर्मुख करते आणि जीवनाचा हेतू व अर्थ शोधण्यासही प्रवृत्त करते.

'दीपज्योतीस–' ही 'बीं'ची कविता दीपज्योतीच्या रूपकाच्या आधारे समकालीन स्त्रीजीवनाविषयी एक अत्यंत प्रगतिपर असा विचार मांडते. मराठीत विधवा या

विषयावर अनेक कविता आहेत. तांबे, रविकिरण मंडळातले कवी यांच्या अनेक कविता विधवांना उद्देशून लिहिलेल्या आहेत. विधवांनी आपले जीवन केवळ देवाधर्मात वा सेवाचाकरीत व्यतीत न करता त्यांनी पुनर्लग्न करावे आणि सर्व प्रापंचिक सुखांचा आस्वाद घ्यावा, हा विचार त्या काळातील समाजसुधारकांनी हिरिरीने मांडला. 'बीं'नी प्रस्तुत कवितेतून विधवांच्या निरर्थक जीवनाकडे एका वेगळ्याच दृष्टिकोनातून पाहिले आहे. बाहेरचे जग अंधारात बुडालेले असताना मंदिरातल्या निर्विकार पाषाणमूर्तीपुढे जळत राहणारी दीपज्योत हे 'बीं'ना आपले तारुण्य, रूप आणि प्रकाशदानाचे सामर्थ्य केवळ देवपूजेत वाया घालवणाऱ्या विधवेच्या हेतुशून्य जीवनाचे प्रतीक वाटते आणि त्यातून एकंदर जीवनासंबंधीचे काही विचार त्यांच्या मनात घोळू लागतात. कोणतीही सर्जनाची शक्ती असो, तिने नवनिर्मिती करावी आणि आपल्या गुणसंपदेची परंपरा पुढे चालू ठेवावी; जे भंगुर आहे, त्याचे शाश्वतात परिवर्तन करावे, हा निसर्गाचा कायदा आहे, असे 'बी' सांगतात.

'बीं'नी आपल्या कवितेचा प्रारंभ जरी दीपज्योतीच्या रूपकाने केलेला असला आणि कवितेला शीर्षकही जरी तेच दिलेले असले, तरी पहिल्या कडव्यातले ते रूपक 'बी' पुढे सोडून देतात आणि स्वतंत्रपणे मूळ विषयाचा विकास करत जातात. मंदिरातल्या पाषाणमूर्तीपुढे एखाद्या निष्कंप ज्योतीप्रमाणे शांतपणे जळत राहणाऱ्या, स्वत:बरोबर आपल्या भावभावनांचेही देवभक्तीत विसर्जन करणाऱ्या तरुण, रूपसंपन्न विधवेला उद्देशून 'बी' म्हणतात :

घ्याया कोंडून मंदिरात जगदुद्यानी न तू जन्मली
वाया नासुनि जावया नुगवली बागेत चाफेकळी
व्हाव्या वर्धित वस्तु ज्यांत वसते सौंदर्य अत्युत्कट
इच्छा केवळ की न वस्तुसह ते पावो जगी शेवट!

कोणतेही सौंदर्य विकसित होऊन जिथल्या तिथे नष्ट व्हावे, हा त्याच्या निर्मितीमागे निसर्गाचा हेतू नसतो. सौंदर्याची ती परंपरा पुढे अविच्छिन्न चालू राहावी, हीच निसर्गाची इच्छा असते. हा सिद्धांत सांगितल्यावर 'बी' निसर्गाचा आणखी एक कायदाही पुढे स्पष्ट करतात. ते म्हणतात, 'ज्यांच्या प्रत्येक अंगाचा पूर्ण विकास होतो, 'प्रकर्षभर मोडून येतो', त्यांची परिपूर्णता हाच त्यांच्या विनाशाचाही प्रारंभ-क्षण असतो.' हा कायदा 'निष्ठुर' असला, तरी सत्य आहे.

पूर्णोत्थापनकाल तोच पतनप्रारंभही होतसे
ऐसा निष्ठुर कायदा सकल या सृष्टीस शासीतसे!

पण निसर्ग जसा निष्ठुर आहे, तसाच तो दयाशीलही आहे. उत्पत्ती, स्थिती आणि लय हा चक्रनेमिक्रम जगात सतत चालू असतो; परंतु या भंगुरतेवर विजय कसा मिळवावा, जे अशाश्वत आहे, त्याला शाश्वत रूप कसे द्यावे, हेही निसर्गानेच सांगून ठेवले आहे. निसर्ग जे काही देतो, ते तो फुकट कधी देत नाही. निसर्गाचे हे दान एक प्रकारचे ऋण असते आणि आपल्या रूपगुणांची परंपरा मानवाने पुढे चालू ठेवावी, यासाठी हे धन निसर्ग जणू व्याजाने त्याला देत असतो.

दाने दे न कुणा निसर्ग धन तो व्याजे तुम्हां देतसे
ते त्याचे ऋण टाक फेडून, गडे, राजीखुशीने कसे!

निसर्गाने दिलेले ऋण फेडून टाकणे हा कृतार्थतेचा असा अनुभव असतो. कारण नवनिर्मिती ही संहारावर मात करणारी एक सुंदर शक्ती असते आणि तीही निसर्गानेच मोठ्या औदार्याने मानवाला बहाल केलेली असते. शेवटी कवी त्या तरुण विधवेला ही सर्व प्रक्रिया अत्यंत सुंदर आणि प्रत्ययकारी शब्दांत बोलून दाखवतो.

होता वेल रसप्रसन्न फुटुनी येतो फुलोरा तिला
ती आत्मप्रतिमांस निर्मुनि हसे संहारकालानला
'वाढा आणि जगा' निसर्ग म्हणतो सृष्टीस भूतात्मका
डोळ्यांनी उघड्या पहात असता होशी गुन्हेगार का?

इथे जन्मलेल्या प्रत्येक वस्तूला विनाश आहे, हे एक अटळ सत्य आहे; परंतु विनाशातून पुनरुत्पत्ती हेही अपरिवर्तनीय आणि आशादायक असे वास्तव आहे आणि त्यामुळेच सृष्टीची परंपरा अविच्छिन्न चालू राहिली आहे. वेल ही मर्त्य आहे, क्षणभंगुर आहे. संहाराचे भय इथल्या वस्तुमानाप्रमाणे तिलाही ग्रासून टाकते, हे सर्व खरे आहे. पण ती या संहारावर मात करते. ती 'रसप्रसन्न' झाली, की तिला फुलोरा येतो. त्या फुलोऱ्यामुळे बीजधारणा होते. ती बीजे सर्वत्र विखुरतात आणि त्यातून इतर वेली जन्म घेतात. अशा रीतीने मूळची वेल मरताना आपल्या असंख्य 'आत्मप्रतिमा' निर्माण करते आणि कालाच्या सर्वभक्षी संहारक अग्नीला ती म्हणते, 'तू मला जाळून टाकलेस, तरी या अनेक वेलींच्या रूपाने मी माझ्या प्रतिमा मागे ठेवून जात आहे. या वेलीही कालांतराने नष्ट

होतील, पण माझ्याप्रमाणेच त्याही इथे इतर वेली ठेवून जातील आणि त्या योगाने माझा वंश, माझी परंपरा, माझे सौंदर्य, सुगंधादी गुण माझ्यानंतर पुढे चालू राहतील. वेल मर्त्य असेल, पण वेलीच्या परंपरेला मरण नाही!' कारण संहार करणारा निसर्गच 'वाढा आणि जगा' हा सुंदर संदेशही भूतात्मक सृष्टीला देत असतो. संहार करणारा तो, पण नवसर्जक असा उदार दाताही तोच!

हा निसर्गाचा क्रम विशद करून शेवटी 'बी' त्या विधवेला सांगतात, 'या अंधारलेल्या, कोंदट आणि प्राण गुदमरून टाकणाऱ्या मंदिराच्या गाभाऱ्यातून बाहेर ये. या प्रसन्न, प्रकाशमय, सुंदर सृष्टीत प्रवेश कर आणि जीवनाचा सर्वांगाने उपभोग घेऊन निसर्गाने तुला जे लोकोत्तर रूप, तेज, गुण आणि नवनिर्माणशक्ती दिली आहे, तिचा पुरेपूर वापर करून स्वतः सुखी हो. इतरांनाही सुखी कर!'

'बीं'ची ही कविता विधवेला उद्देशून लिहिलेली असली आणि आता विधवांच्या पुनर्लग्नाचे महत्त्व कुणाला समजावून सांगण्याची आवश्यकता उरलेली नसली, तरी केवळ तेवढ्यामुळे ही कविता जुनी किंवा कालबाह्य ठरते, असे नाही. सृष्टीच्या नवनिर्माणक्षमतेचे महत्त्व पटवून देणारी आणि मरणावर मात करणाऱ्या जीवनेच्छेचा जयजयकार करणारी 'बीं'ची ही कविता आजही तितकीच ताजी, टवटवीत, सुंदर आणि प्रसन्न वाटते, यात शंका नाही. आणखीही एक गोष्ट या कवितेच्या संदर्भात सांगायला हवी. तिचे सौंदर्य तिच्या चिंतनगर्भ आशयात जितके आहे, तितकेच तिच्यात मधूनमधून येणाऱ्या जीवनविषयक सूत्रबद्ध कल्पनांतही आहे. *'पूर्णोत्थापनकाल तोच पतनप्रारंभही होतसे'* किंवा *'दारी बंड, घरात बंड, अवघे ब्रह्मांड बंडे भरे'* यासारख्या सुंदर ओळी कविता वाचून झाल्यावरही कितीतरी काळ मनात घोळत राहतात. त्या त्यात सामावलेल्या जीवनविषयक चिरंतन सत्यांमुळे!

■

भिंतीवरती

भिंतीवरती लटकत राहे
एक गोमटी चंदनपुतळी
लावण्याची तिच्या नव्हाळी
अंगप्रत्यंगी मुसमुसली

स्कंधावरती एकतार अन्
कमलपुष्प घे उजव्या हाती
तृणपात्यांतुन लकेरीपरी
हुंगत, गुंगत फिरत जाय ती

गाली स्मितहास्याच्या रेषा
मुरड बोलते अधरावरली
'मी कविप्रतिभा अद्भुत, अस्थिर
मी नच केवळ चंदनपुतळी!'

एकान्ती नि:शब्द निरामय
चाले अमुचे सहसंवेदन
मी संसारी, ती फलकावरि
बंदिस्त तशा, निसंग, उन्मन!

गात गतीचे गीत अगतिका
ती मधुरा नांदे मजजवळी
जननान्तरिच्या ऋणानुबंधित
मी आणिक ती चंदनपुतळी!

— संजीवनी

संजीवनी

मराठी काव्यसृष्टीमध्ये 'संजीवनी' या नावाचा कोणालाही परिचय करून देण्याची आवश्यकता नाही, इतके ते रसिकांच्या मनांवर ठसलेले आहे. इंदिरा, पद्मा आणि संजीवनी या तिन्ही ज्येष्ठ कवयित्री साधारणतः एकमेकींच्या आगेमागेच कविता लिहू लागल्या. उच्च शिक्षणाने सुसंस्कृत झालेल्या आणि काव्यविषयक आधुनिक संस्कार आपल्या वृत्तींत मुरवून घेतलेल्या मराठी कवयित्रींची ही पहिलीच पिढी म्हणावी लागेल. त्यांच्यापाठोपाठ अनेक कवयित्री कवितालेखन करू लागल्या आणि ती परंपरा आजही अखंडित चालू आहे, हे आपण प्रत्यही बघत आहोत.

वर उल्लेखिलेल्या तीन कवयित्रींपैकी इंदिराबाईंचे काव्य हे अनेक आघात पचवून आणि व्यक्तिगत दुःखाच्या आचेने तावून सुलाखून संपन्न, समृद्ध झाले. पद्माबाईंचे कवितालेखन वयपरत्वे मंदावत जाऊन पुढे तर ते बंद पडल्यासारखे झाले. संजीवनींची कविता मात्र आपल्या अंतःप्रवृत्तीशी इमान राखून गेली साठपासष्ट वर्षे सातत्याने रसिकांच्या भेटीला येत आहे. बत्तीस साली प्रकाशित झालेला *'काव्यसंजीवनी'* या पहिल्यावहिल्या संग्रहापासून ते अगदी अलीकडे चौऱ्याण्णव साली निघालेल्या *'आत्मीय'* पर्यंत अनेक कवितासंग्रह संजीवनीच्या नावावर रुजू आहेत. त्यात तिची सुंदर बालगीतेही समाविष्ट झालेली आहेत, याचा मुद्दाम उल्लेख करायला हवा.

संजीवनीच्या कवितेत काळाबरोबर अर्थातच काही बदल होत गेले. समकालीन कवितेचा थोडाबहुत परिणाम तिच्यावर झाला. आशयाची, आविष्काराची काही नवी वळणे तिच्यामध्ये उमटली. तिच्या शैलीतले संस्कृतप्राचुर्य कमी झाले आणि वाढत्या वयाबरोबर तीही अधिक प्रौढ, चिंतनशील, सूचक बनली.

हे सारे खरे असले, तरी संजीवनीच्या कवितेचे मूळ स्वरूप फारसे पालटले आहे, असे म्हणता येत नाही. जगाकडे, जीवनाकडे बालसुलभ निर्व्याज वृत्तीने बघणारी, दुःखानुभवातूनही मनाची टवटवी ठेवणारी, स्वतःला कडवटपणाचा

स्पर्श होऊ न देणारी आणि जीवन ही एक सौंदर्ययात्रा, आनंदयात्रा मानणारी अशी ही कविता आहे आणि ती ठामपणे संजीवनीचीच कविता आहे. काव्यलेखनाला कोवळ्या वयात प्रारंभ करताना कवितेचा संजीवनीला जो लळा लागला तो, आयुष्याच्या या परिणत, पक्व अवस्थेतही तितकाच दृढ, उत्कट राहिला आहे.

संजीवनीच्या कवितेचे स्वरूप जाणून घेण्यासाठी ती ज्या काळात कविता लिहू लागली, त्या काळाचा थोडा मागोवा घेणे आवश्यक आहे व त्याबरोबर स्वत: संजीवनीच्या काही वैशिष्ट्यांचाही विचार करणे जरुरीचे आहे. संजीवनीला लाभलेला निसर्गदत्त गोड गळा, कवितेच्या आशयाबरोबरच तिच्यातील नादलयीचे वाटणारे आकर्षण, घरात वडिलांचे सतत मिळणारे प्रोत्साहन आणि भोवतालची हवाही काव्यात्मतेने भारावलेली - अशा वेळी संजीवनी कविता लिहू लागली. आपल्या कविता ती गाऊनही दाखवत असे. किंबहुना कवितेची गेयता तिने गृहीतच धरलेली होती. त्यामुळे कविता आणि गाणे यांचा एक अविभाज्य संबंध आहे, अशी खूणगाठ तिने आपल्या मनाशी बांधल्यास त्यात काही नवल नव्हते.

एकोणीसशे बत्तीस साली संजीवनीचे वडील ग. स. मराठे यांनी आपल्या कवितावेड्या, नादिष्ट आणि जेमतेम सोळा वर्षांचे अल्लड, निरागस वय असलेल्या या लेकीचा *'काव्यसंजीवनी'* हा पहिलावहिला संग्रह मोठ्या कौतुकाने प्रकाशित केला. याच सुमारास कोल्हापूर येथे भरलेल्या साहित्य संमेलनामध्ये, त्यावेळी गाजत असलेल्या रविकिरण मंडळातल्या माधव ज्युलियन, यशवंत, गिरीश अशा ज्येष्ठ आणि मान्यवर कवींच्या बरोबरीने या पोरसवदा कवयित्रीनेही आपल्या कविता रसिकांना सादर केल्या. त्यांना त्यांचे कोवळे भावविश्व होते, त्याप्रमाणे कवयित्रीच्या गोड गळ्याचीही साथ होती. संमेलनात सोपानदेव चौधरी, मायदेव असे इतर कवीही होते. कवीने आपल्या कविता गाऊन दाखवाव्यात, अशी प्रथा त्यावेळी रुजू लागली होती आणि त्या काव्यगायनाचे रसिक भरघोस कौतुकही करत होते. तेव्हा संजीवनीने गोड गळ्यावर गाइलेल्या तिच्या कवितांचा रसिकमनांवर मोठा प्रभाव पडल्यास त्यात नवल नव्हते. संजीवनीच्या काव्यसृष्टीत प्रवेश झाला, तो असा!

संजीवनीच्या त्यावेळच्या कवितांवर अनेक ज्येष्ठांची छाप होती. केशवसुतकालीन कवी इतर सर्वांप्रमाणे तिनेही अभ्यासले होते. रविकिरण मंडळातल्या कवींचा तेव्हा साऱ्यांवरच जबरदस्त प्रभाव होता. संजीवनी त्या प्रभावातून सुटणे शक्य नव्हते. पण त्याबरोबर कवितेतील गेयता आग्रहाने जपणारे आणि प्रणयानुभवाची अनेक तरल रूपे आपल्या कवितेतून रेखाटणारे ज्येष्ठ प्रतिभाशाली कवी भा. रा. तांबे यांच्या काव्यानेही तिला भारून टाकले होते. विख्यात वंगकवी रवींद्रनाथ

टागोर यांच्या कवितांतील अध्यात्माचे अवगुंठन असणाऱ्या प्रणयभावनेचेही तिला अतिशय आकर्षण वाटत असे.

संजीवनीच्या प्रारंभीच्या कवितांमधून या सर्व कवींच्या काव्याचे सादपडसाद उमटलेले दिसतात. पण त्याबरोबर तिचे स्वतःचे भावविश्वही त्यातून हलकेहलके प्रकट होऊ लागले. अतिशय स्वप्नाळू, तरल वृत्ती, वयाला साजेशा प्रणयभावनेची चाहूल, निसर्गाचे गूढ आकर्षण, श्रद्धाशील आस्तिक्यभाव, सौंदर्याची उत्कट ओढ या साऱ्यांचा आढळ संजीवनीच्या तत्कालीन कवितांमधून होऊ लागला.

पुढे तिने प्रेमविवाह केला. ती संसाराला लागली. तिला मातृपद प्राप्त झाले. मनाजोगत्या सहचराची संगत, पद्मासारख्या जातिवंत कवयित्रीचा स्नेह, अपत्यांनी जीवनात आणलेले वात्सल्य हे सारे अनुभव घेत संजीवनीची कविता बहरून आली. पुढच्या जीवनात या कवितेत काही बदल होत गेले, तरी तिचे आशयविश्व प्रामुख्याने तेच राहिले. त्याबरोबर नादमाधुर्य, रुणझुणती शब्दकळा, गेयता यांचीही साथ या कवितेने कधी सोडली नाही. '*सुंदरते, सखि, मजला लाविसी लळा*', '*आला स्वप्नांचा मधुमास*', '*तेवता तेवता वात मंदावली*' यासारख्या त्या काळातल्या तिच्या अनेक कवितांमधून काव्यगुण आणि गीतगुण यांचा सुंदर मेळ पडलेला दिसून येतो.

संजीवनीच्या काव्यलेखनाचा प्रवास प्रदीर्घ, लांब पल्ल्याचा आहे. या कालावधीत मराठी कवितेने अनेक परिवर्तने पाहिली. रविकिरण मंडळातले कवी भूतकाळात जमा झाले. अनिल, कुसुमाग्रज, बोरकर यांचे काव्य रसिकांसमोर आले. मर्ढेकरांचा उदय झाला आणि आशयापासून शब्दकळेपर्यंत कविता आमूलाग्र बदलली. वर्णनपर बाळबोध रचना सोडून ती प्रतिमांच्या भाषेत बोलू लागली. पुढे ग्रामीण कविता आली. दलित कविता आली. चित्रे-कोलटकर-डहाके यांची संदिग्ध कविता अवतीर्ण झाली. या साऱ्या परिवर्तनात संजीवनीची कविता मात्र आपल्या मूळ स्वभावाशी एकनिष्ठ राहिलेली दिसते. आपला एक निश्चित मार्ग आखून त्याच वाटेने सतत जाण्याचे आपले व्रत तिने कधी सोडले नाही. टूम म्हणून किंवा आधुनिकतेच्या हव्यासाने तिने तथाकथित नावीन्याची कास धरली नाही. तिच्या कवितांत बदल झाला नाही असे नाही, पण तो एका आंतरिक गरजेनुसार होत गेला. '*आत्मीय*'मधल्या कवितांत तो जाणवतो.

भिंतीवरती ही कविता संजीवनीच्या '*चित्रा*' या कवितासंग्रहातून घेतलेली आहे. सर्व कवींना - किंबहुना सर्व सर्जनशील कलाकारांना - कलानिर्मितीच्या प्रक्रियेविषयी कुतूहल वाटत असते. संजीवनीलाही ते कुतूहल आहे आणि ते तिच्या काही कवितांमधून प्रकटही झाले आहे.

'कशी अचानक जनी प्रकटते मनातील ऊर्वशी, मी न कुणाला सांगायची कविता स्फुरते कशी?' या आपल्या कवितेमधून कवितेच्या स्फुरणाचा तिने मागोवा घेतला आहे. *भिंतीवरती* या कवितेत तिने कलाकार आणि त्याची निर्मितीक्षम प्रतिभा यांच्यातले गूढ नाते स्पष्ट करण्याचा प्रयत्न केला आहे.

कवयित्रीच्या घरातील भिंतीवर 'एक गोमटी चंदनपुतळी' लटकत आहे. प्रारंभीच्या दोन कडव्यांत कवयित्री तिचे हृद्य वर्णन करते :

भिंतीवरती लटकत राहे
एक गोमटी चंदनपुतळी
लावण्याची तिच्या नव्हाळी
अंगप्रत्यंगी मुसमुसली
स्कंधावरती एकतार अन्
कमलपुष्प घे उजव्या हाती
तृणपात्यांतुन लकेरीपरी
हुंगत, गुंगत फिरत जाय ती

ही चंदनपुतळी 'गोमटी' म्हणजे देखणी आहे. तिच्या तारुण्याची, लावण्याची नव्हाळी तिच्या अंगोपांगांवर खुलून उमटली आहे. ही पुतळी कोरताना कलावंताने शारदेचे रूप कदाचित डोळ्यांपुढे ठेवले असावे. तिच्या खांद्यावर एकतारी आहे. उजव्या हातात कमलपुष्प आहे. ती भिंतीवर स्थिर असली, तरी तिच्यामध्ये चैतन्य जाणवते. कलाकाराने कदाचित तिच्या पायांखाली तृणपाती दाखवली असावीत. गवतातून वाऱ्याची लकेर फिरत जावी, तशी ही चंदनपुतळी स्थिर असूनही हुंगत, गुंगत, आपल्याच नादात नि:शब्द वावरत आहे, असा कवयित्रीला भास होतो. पुतळीच्या गालावर स्मिताच्या सूचक रेषा आहेत. ओठांना नाजूक मुरड पडलेली आहे. त्या स्मितातून, मुरडीतून ती कवयित्रीला आपली ओळख देते. काय असते ती ओळख? ती म्हणते :

'मी कविप्रतिभा अद्‌भुत, अस्थिर
मी नच केवळ चंदनपुतळी!'

पुतळी कवयित्रीला सांगते, 'मी केवळ चंदनपुतळी नाही. मी निर्मितीची अधिष्ठात्री देवता आहे. मी अस्थिर, अद्‌भुत, चंचल अशी साक्षात कविप्रतिभा आहे!'

पुतळीची ओळख पटते आणि त्याबरोबर कवयित्रीला स्वत:चीही जणू एक

वेगळी ओळख पटते. ही कविप्रतिभा म्हणजे आपलेच एक वेगळे रूप आहे, असा तिला जणू साक्षात्कार होतो. एकान्तामध्ये दोघींचे नि:शब्द संभाषण सुरू होते. दोघींच्या मधले सहसंवेदन तिला जाणवते.

एक उत्कट सख्यभाव प्रत्ययाला येतो. पण त्याबरोबर दोघींमधला जन्मजात दुरावाही तिला उमगतो. मग कवयित्री म्हणते :

मी संसारी, ती फलकावरि
बंदिस्त तशा, निसंग उन्मन!

दोघी आपापल्या ठायी बंदिस्त आहेत. कवयित्री आपला संसार, मुलेबाळे, प्रापंचिक जबाबदाऱ्या यात गुंतलेली आहे, तर या चंदनपुतळीला तिच्या कारागिराने फलकावर खिळवून ठेवलेले आहे. एकीकडे दोघी नि:संग, उन्मन आहेत, पण दुसरीकडे दोघी आपल्या विश्वात परिस्थितीनेच बांधल्या गेल्या आहेत. तरी त्यातून काही क्षणांपुरत्या का होईना, मनाने त्या एकत्र येतात. एकांतात एकमेकींना भेटतात. हितगुज करतात. एका सुंदर मनोमीलनाचा प्रत्यय त्यांना येतो.

चंदनपुतळीला आपली जागा सोडून कुठे जाता येत नाही. ती अगतिक आहे. तरी गीत मात्र ती गतीचे गात आहे. कवयित्रीला सतत प्रेरणा देत ती भिंतीवरूनही तिच्याजवळ नांदत असते. जगाला दिसायला दोघी अलग दिसतात; पण त्यांचे एक अकल्पनीय असे नाते जडले आहे. हे नाते केवळ या जन्मापुरते नाही. तो कालिदासाच्या भाषेत जननान्तरीचा ऋणानुबंध आहे. संजीवनीने प्रतिभेशी, सर्जनशीलतेशी असलेला आपला सख्यभाव या कवितेत असा उलगडून दाखवला आहे. इथे केवळ तिने स्वत:च्या संदर्भात नव्हे, तर निर्मितिक्षम असलेल्या साऱ्याच प्रतिभावंतांबद्दलचे एक चिरंतन सत्य व्यक्त केले आहे :

गात गतीचे गीत अगतिका
ती मधुरा नांदे मजजवळी
जननान्तरिच्या ऋणानुबंधित
मी आणिक ती चंदनपुतळी!

प्रत्येक प्रतिभाशाली कलाकार एक दुभंगलेपण अनुभव असतो. निर्मितीच्या क्षणी त्याच्या ठायी प्रतिभेचा संचार होतो, पण एरव्ही तो एक साधासुधा, सामान्य, प्रापंचिक जबाबदाऱ्यांनी जखडलेला आणि व्यवहाराचे सर्व नियम काटेकोरपणे पाळणारा असा असतो. असाच असावा लागतो. त्याचे एक व्यवहारी रूप असते तर एक सर्जनशील कलावंताचे रूप असते, दोहोंमध्ये

अंतर असते, पण एखाद्या अद्भुत क्षणी दोघे परस्परांच्या सन्निध येतात आणि मग एका सुंदर कलाकृतीची निर्मिती होते. कवयित्री म्हणते, 'मी संसारी ती फलकावरि' हे प्रत्येक कलावंताच्या संदर्भात खरे असते आणि तरीही केव्हा तरी एक विलक्षण ऐक्य ते अनुभवतात.

या चंदनपुतळीच्या प्रतिमेतून आणखीही एक सत्य आपल्याला जाणवते. कलावंत हा शेवटी पार्थिव, इथल्या मातीचा घडलेला असतो. त्याच्यावर काळाचा परिणाम होतो. यौवन, प्रौढत्व, जरा, मृत्यू या साऱ्या चक्रातून त्याला अपरिहार्यपणे जावे लागते. पण त्याची प्रतिभा मात्र अम्लान असते. तिला वार्धक्य नाही. तिला मरणही नाही. कलावंत देहाने जग सोडून गेला, तरी त्याची प्रतिभा त्याच्या कलाकृतींच्या द्वारा मागे राहते आणि दीर्घकाळ जगाला आनंद देते.

भिंतीवरची चंदनपुतळी तशीच अमर आहे. एकीकडे ती फलकावर खिळलेली आहे; पण दुसरीकडे ती सर्वसंचारी आहे. अंगप्रत्यंगात मुसमुसलेल्या आपल्या लावण्याच्या नव्हाळीसह ती सदैव गतीचे गीत गाणार आहे.

■

त्रिवेणी

गुलजार

अनुवाद
शान्ता ज. शेळके

'त्रिवेणी' हा गुलजारांनीच निर्माण केलेला कवितेचा नवा आकृतिबंध.
कोणत्याही भारतीय भाषांतील कवितेत हा रचनाबंध नाही.
ही त्यांची कवितेला देणगीच ! या अल्पाक्षरी कवितेत
पहिल्या दोन कवितापंक्तींचाच गंगायमुनेप्रमाणे संगम होऊन कविता पूर्ण होते.
मात्र या दोन प्रवाहांखालून जी सरस्वती गुप्तपणे वाहते,
ती ते अधोरेखित करतात, तिसऱ्या काव्यपंक्तीने.
गुलजारांच्या कवितेतून प्रामुख्यानं भिडते ती त्यांच्या अंतरातील 'खामोशी'.
या 'खामोशी'चं अंगभूत सामर्थ्य असं,
की ती त्यांच्या अनुभूतींतूनच पूर्णत्वानं व्यक्त होते;
त्यांची कविता यामुळेच मिताक्षरी व तरल आहे.
कधी ती प्रिय व्यक्तीच्या हरवण्यानं व्याकूळ असते, तर कधी
सामाजिक विसंगतींची खंत करते.
सोबत असतं समृद्ध आकलनातून येणारं भाष्य आणि
जगण्यातलं निखळ सत्य !

किनारे मनाचे

शान्ताबाई शेळके यांच्या निवडक कविता

शान्ता ज. शेळके

संकलन व प्रस्तावना
डॉ. प्रभा गणोरकर

गेल्या अर्धशतकापासून शान्ताबाई काव्यलेखन करीत आहेत. इतर अनेक साहित्यप्रकार त्यांनी आतापर्यंत हाताळले असले, तरी आत्मनिष्ठ कविता हीच त्यांची सर्वांत आवडीची निर्मिती राहिली आहे.

'किनारे मनाचे' हा शान्ताबाईंच्या दीर्घकालीन काव्यप्रवासाचा चिकित्सकपणे आणि सहृदयतेने वेध घेणारा त्यांच्या निवडक कवितांचा संग्रह आहे. सुप्रसिद्ध कवयित्री आणि नामवंत समीक्षिका डॉ. प्रभा गणोरकर यांनी शान्ताबाईंच्या कवितेचा विकासक्रम इथे मार्मिकपणे उलगडून दाखवला आहे. तिचा आशय, आविष्कार, भाषेचे पोत, तिच्या मर्यादा आणि तिची शक्ती, त्याबरोबर समकालीन कवितेच्या संदर्भात तिचे असलेले नेमके स्थान या सर्व गोष्टींचा अत्यंत अभ्यासपूर्ण, मूलभूत आणि स्वतंत्र विचार डॉ. गणोरकर यांनी आपल्या विस्तृत प्रास्ताविकात केलेला आढळेल. एका ज्येष्ठ कवयित्रीच्या या निवडक कविता आणि तिच्या सर्व काव्यलेखनाची ही सर्वांगीण समीक्षा काव्यरसिकांना आणि विशेषत: साहित्याच्या अभ्यासकांना उद्‌बोधक वाटेल.